Impressum
Verlag: BABADADA GmbH, Nedderfeld 112 , 22529 Hamburg
Geschäftsführer / Verlagsleitung: Harald Hof
Druck: Books on Demand GmbH, In de Tarpen 42, 22848 Norderstedt

Imprint
Publisher: BABADADA GmbH, Nedderfeld 112 , 22529 Hamburg, Germany
Managing Director / Publishing direction: Harald Hof
Print: Books on Demand GmbH, In de Tarpen 42, 22848 Norderstedt

trường học

okul

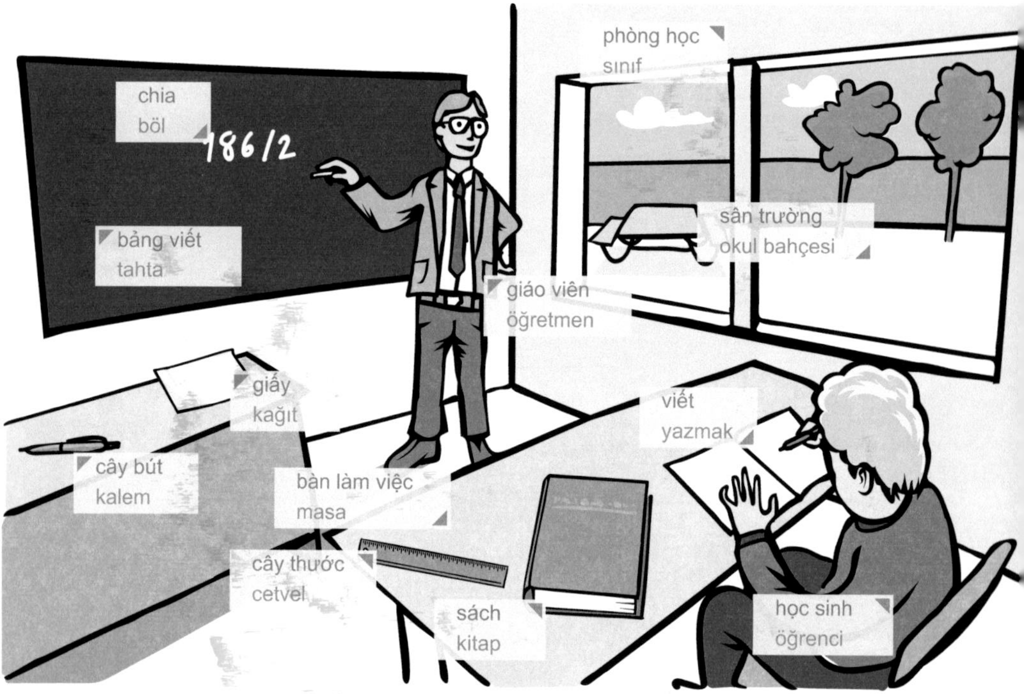

phòng học
sınıf
chia
böl
186/2
bảng viết
tahta
sân trường
okul bahçesi
giáo viên
öğretmen
giấy
kağıt
viết
yazmak
cây bút
kalem
bàn làm việc
masa
cây thước
cetvel
sách
kitap
học sinh
öğrenci

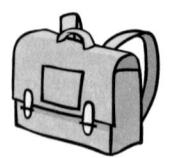

cặp đeo vai học sinh

okul çantası

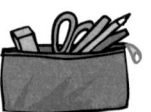

hộp đựng bút

kalemlik

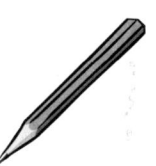

bút chì

kurşun kalem

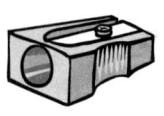

cái gọt bút chì

kalem açacağı

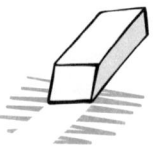

cục tẩy

silgi

tập giấy vẽ

çizim defteri

bản vẽ

çizim

cọ vẽ

resim fırçası

hộp mực vẽ

boya kutusu

cây kéo

makas

keo dán

tutkal

sách bài tập

alıştırma kitabı

bài tập ở nhà

ödev

số

sayı

2+2

cộng

ekle

trừ

çıkar

2×2

nhân

çarp

tính toán

hesapla

chữ cái

harf

ABCDEFG
HIJKLMN
OPQRSTU
VWXYZ

bảng chữ cái

alfabe

từ

kelime

văn bản

metin

đọc

okumak

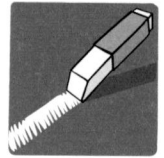

phấn viết

tebeşir

bài học

ders

sổ lớp

kayıt

thi kiểm tra

sınav

chứng chỉ

sertifika

đồng phục học sinh

okul forması

giáo dục

eğitim

từ điển bách khoa

ansiklopedi

đại học

üniversite

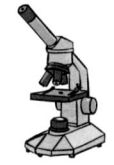

kính hiển vi

mikroskop

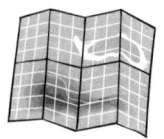

bản đồ

harita

thùng rác giấy

kağıt çöp kutusu

du lịch
seyahat

khách sạn
otel
Grand
nhà trọ
pansiyon
ROOMS
quầy đổi tiền
döviz bürosu
va li
bavul
xe ô tô
otomobil

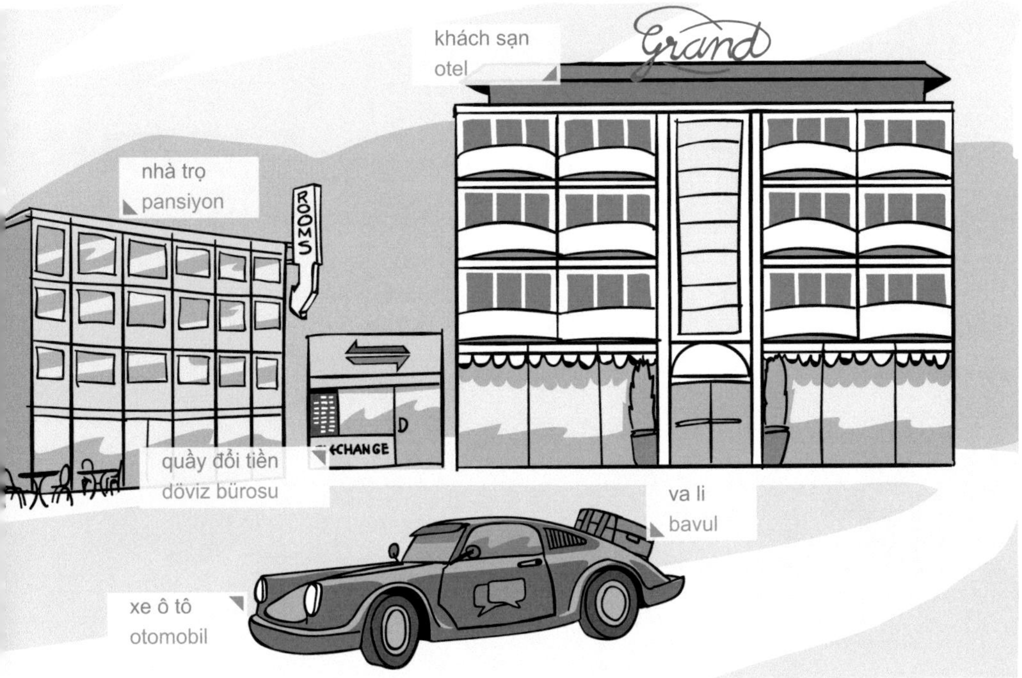

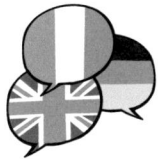

ngôn ngữ

dil

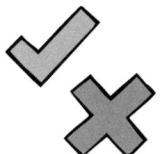

có / không

evet / hayır

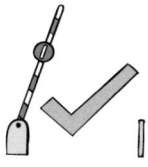

ô kê

Tamam

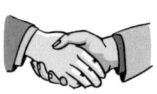

Xin chào

merhaba

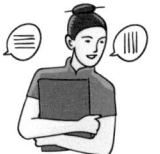

thông dịch viên

çevirmen

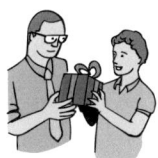

cám ơn

Teşekkür ederim

… bao nhiêu tiền?

bu … ne kadar?

tôi không hiểu

anlamadım

vấn đề

problem

Xin chào! (buổi tối)

İyi akşamlar!

xin chào! (buổi sáng)

Günaydın!

chúc ngủ ngon!

İyi geceler!

tạm biệt

güle güle

hướng đi

yön

hành lý

bagaj

túi xách

çanta

túi ba lô

sırt çantası

khách

misafir

phòng

oda

túi ngủ

uyku tulumu

lều

çadır

thông tin du lịch

turist danışma

bãi biển

sahil

thẻ tín dụng

kredi kartı

ăn sáng

kahvaltı

ăn trưa

öğle yemeği

ăn tối

akşam yemeği

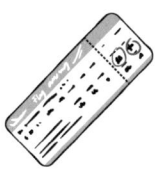

vé xe

Bilet

thang máy

asansör

tem bưu điện

pul

biên giới

sınır

hải quan

gümrük

đại sứ quán

elçilik

thị thực

vize

hộ chiếu

pasaport

vận chuyển
ulaşım

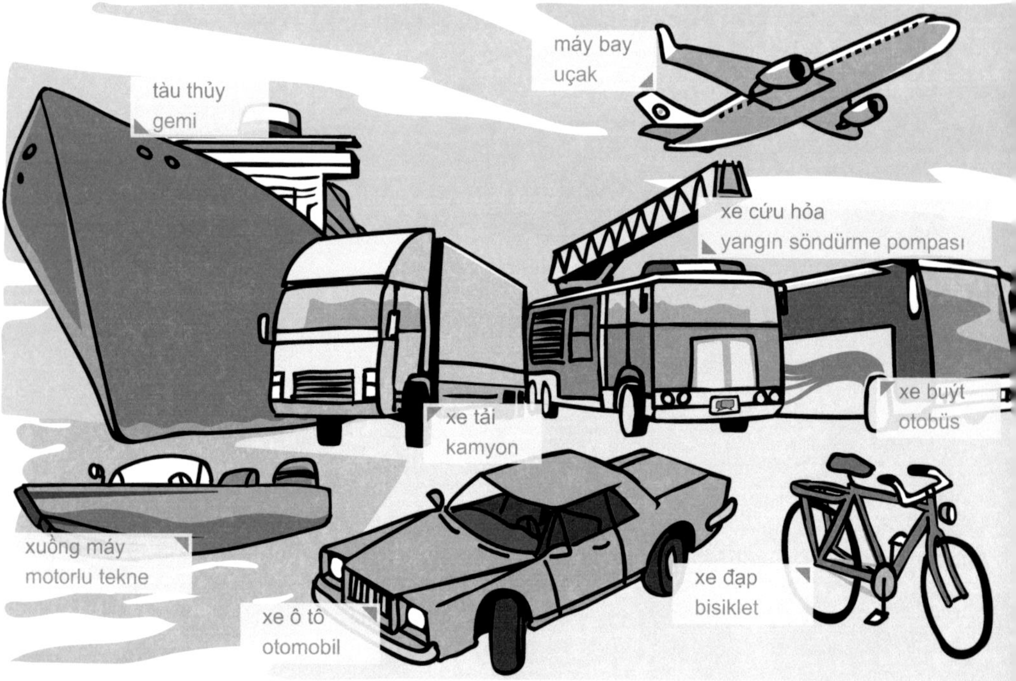

máy bay
uçak
tàu thủy
gemi
xe cứu hỏa
yangın söndürme pompası
xe buýt
otobüs
xe tải
kamyon
xuồng máy
motorlu tekne
xe đạp
bisiklet
xe ô tô
otomobil

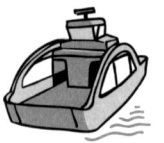

phà

feribot

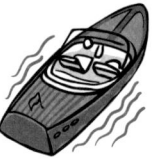

xuồng

bot

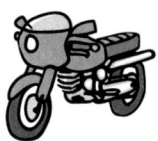

xe máy

motosiklet

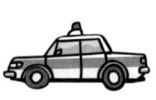

xe cảnh sát

polis arabası

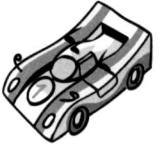

xe đua

yarış arabası

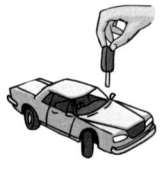

xe cho thuê

kiralık araba

dịch vụ thuê xe tự lái

ortak araba

xe kéo cứu hộ

çekici

xe rác

çöp kamyonu

động cơ

motor

xăng

yakıt

trạm xăng

benzinlik

biển báo giao thông

trafik işareti

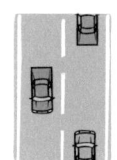

giao thông

trafik

ách tắc giao thông

trafik sıkışıklığı

bãi đậu xe

otopark

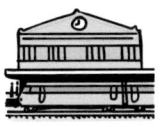

nhà ga

tren istasyonu

đường ray

ray

xe lửa

tren

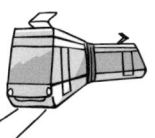

tàu điện

tramvay

toa xe

vagon

máy bay trực thăng

helikopter

sân bay

havaalanı

tháp

kule

hành khách

yolcu

côngtenơ

konteyner

thùng các-tông

koli

xe đẩy

yük arabası

cái giỏ

sepet

cất cánh / hạ cánh

kalkış / iniş

thành phố

şehir

làng

köy

trung tâm thành phố

şehir merkezi

nhà

ev

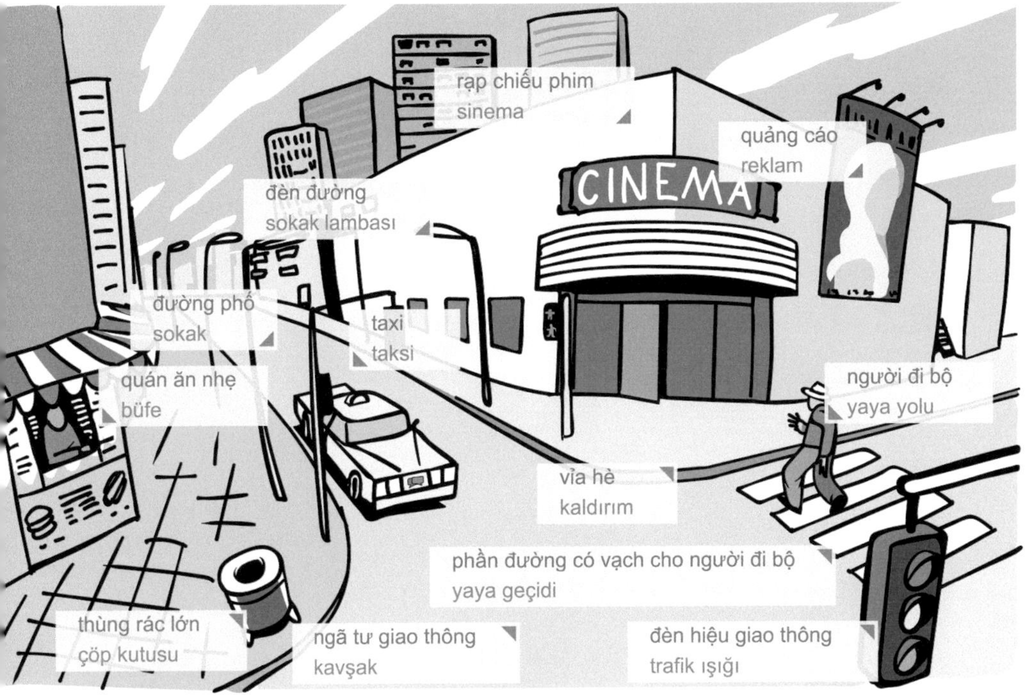

rạp chiếu phim
sinema

quảng cáo
reklam

đèn đường
sokak lambası

đường phố
sokak

taxi
taksi

người đi bộ
yaya yolu

quán ăn nhẹ
büfe

vỉa hè
kaldırım

phần đường có vạch cho người đi bộ
yaya geçidi

thùng rác lớn
çöp kutusu

ngã tư giao thông
kavşak

đèn hiệu giao thông
trafik ışığı

nhà chòi

kulübe

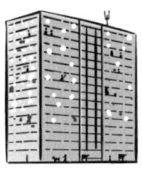

căn hộ

apartman dairesi

nhà ga

tren istasyonu

tòa thị chính

belediye binası

viện bảo tàng

müze

trường học

okul

thành phố - şehir

đại học

üniversite

ngân hàng

banka

bệnh viện

hastane

khách sạn

otel

hiệu thuốc

eczane

văn phòng

ofis

hiệu sách

kitapçı

cửa hiệu

mağaza

cửa hiệu bán hoa

çiçekçi

siêu thị

süpermarket

chợ

market

cửa hàng bách hóa

büyük mağaza

người bán cá

balık satıcısı

trung tâm mua bán

alışveriş merkezi

bến cảng

liman

công viên

park

ghế băng

bank

cầu

köprü

cầu thang

merdiven

tàu điện ngầm

metro

đường hầm

tünel

trạm xe buýt

otobüs durağı

quán bar

bar

khách sạn

restoran

hòm thư công cộng

posta kutusu

bảng hiệu đường

sokak tabelası

đồng hồ đậu xe

otopark sayacı

vườn bách thú

hayvanat bahçesi

bể bơi

yüzme havuzu

nhà thờ Hồi giáo

cami

nông trại
çiftlik

ô nhiễm môi trường
kirlilik

nghĩa trang
mezarlık

nhà thờ
kilise

sân chơi
oyun alanı

ngôi đền
tapınak

phong cảnh
arazi

lá cây
yaprak

bảng chỉ đường
yön tabelası

lối đi
yol

bãi cỏ
çayır

hòn đá
taş

cây
ağaç

người đi bộ đường dài
yürüyüşçü

sông
ırmak

cỏ
çimen

bông hoa
çiçek

thung lũng

vadi

đồi

tepe

hồ nước

göl

rừng

orman

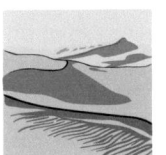

sa mạc

çöl

núi lửa

volkan

lâu đài

kale

cầu vồng

gökkuşağı

nấm

mantar

cây cọ

palmiye

con muỗi

sivrisinek

con ruồi

sinek

con kiến

karınca

con ong

arı

con nhện

örümcek

bọ cánh cứng

böcek

con ếch

kurbağa

con sóc

sincap

con nhím

kirpi

con thỏ

yabani tavşan

con cú

baykuş

con chim

kuş

thiên nga

kuğu

heo rừng

yaban domuzu

con hươu

geyik

nai sừng tấm

geyik

đê

baraj

tuabin gió

rüzgar türbini

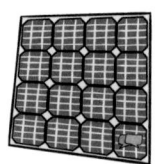

tấm năng lượng mặt trời

güneş paneli

khí hậu

iklim

khách sạn

restoran

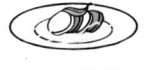

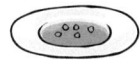

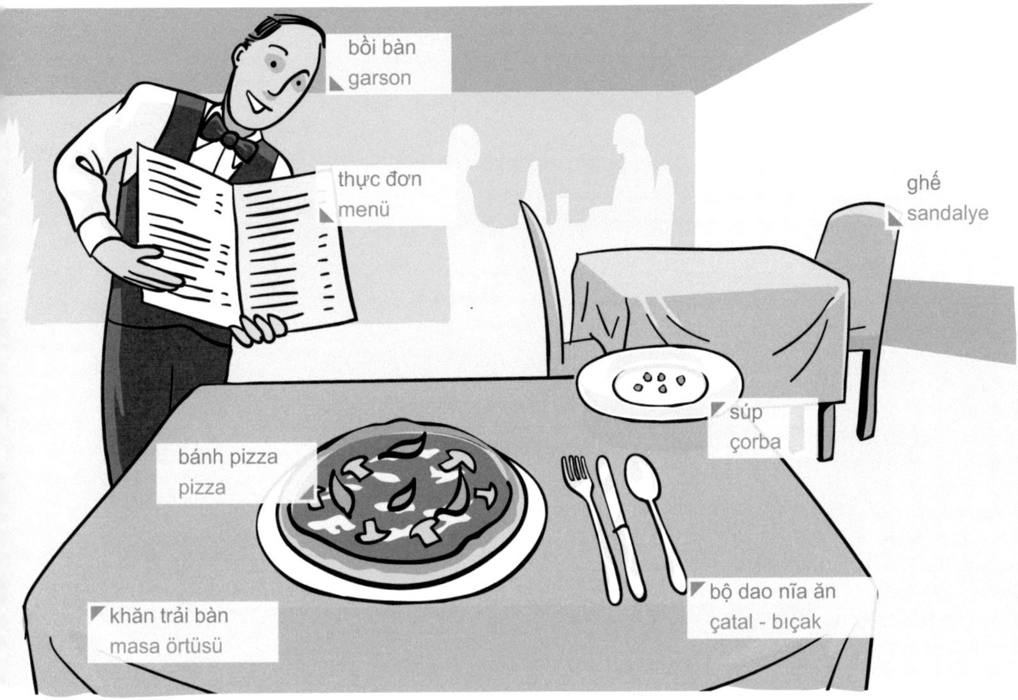

bồi bàn
garson
thực đơn
menü
ghế
sandalye
súp
çorba
bánh pizza
pizza
bộ dao nĩa ăn
çatal - bıçak
khăn trải bàn
masa örtüsü

món ăn khai vị

başlangıç

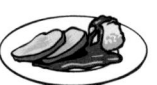

món ăn chính

ana yemek

món tráng miệng

tatlı

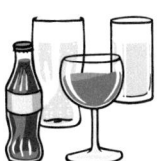

thức uống

içecekler

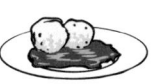

thức ăn

yemek

cái chai

şişe

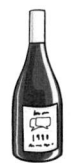

thức ăn nhanh

fastfood

thức ăn đường phố

sokak yemeği

ấm trà

çaydanlık

hộp đường

şekerlik

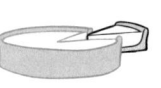

khẩu phần

porsiyon

máy pha espresso

espresso makinesi

ghế cao

mama sandalyesi

hóa đơn

fatura

khay

tepsi

dao

bıçak

nĩa

çatal

thìa

kaşık

thìa uống trà

çay kaşığı

khăn ăn

servis peçetesi

cốc thủy tinh

bardak

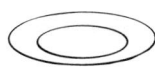

đĩa
tabak

đĩa súp
çorba kasesi

đĩa lót cốc
fincan altlığı

nước sốt
sos

lọ muối
tuzluk

cái xay tiêu
karabiber değirmeni

giấm
sirke

dầu
yağ

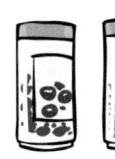

gia vị
baharat

nước xốt cà chua
ketçap

tương hạt cải
hardal

nước sốt mayonnaise
mayonez

siêu thị

süpermarket

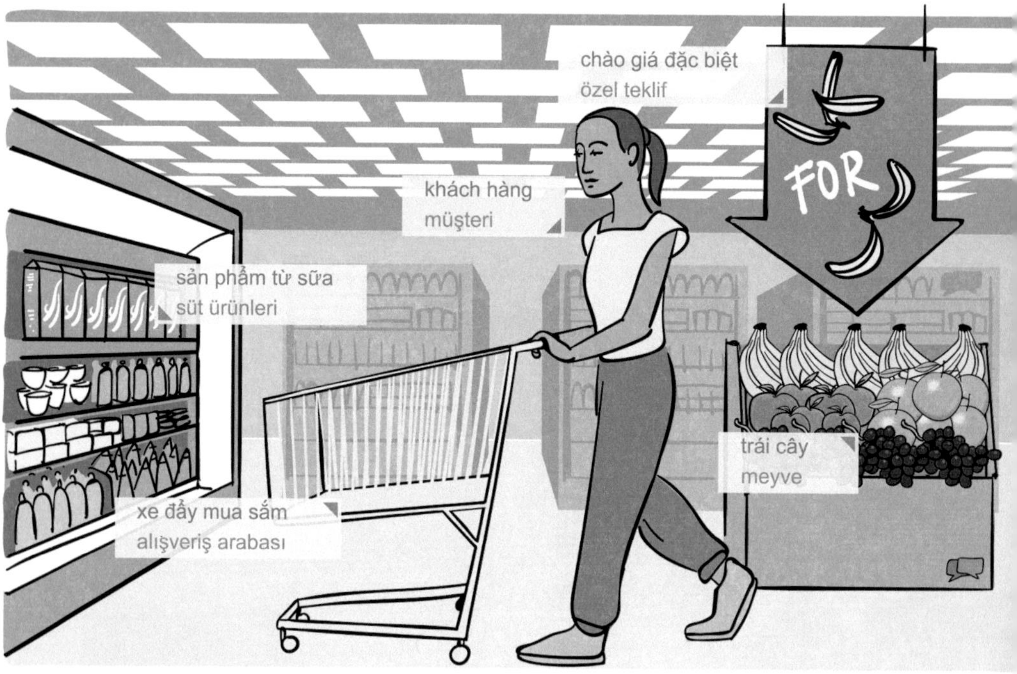

chào giá đặc biệt
özel teklif
khách hàng
müşteri
sản phẩm từ sữa
süt ürünleri
trái cây
meyve
xe đẩy mua sắm
alışveriş arabası
FOR

BUTCHERS

lò mổ

kasap

BAKERY

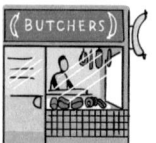

cửa hiệu bán bánh mì

fırın

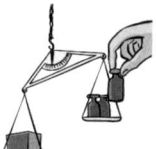

cân nặng

tartmak

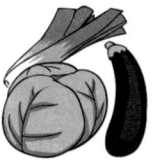

rau quả

sebze

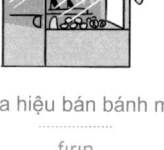

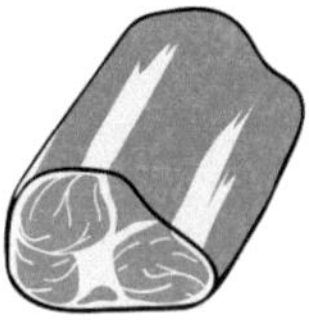

thịt

et

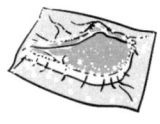

thức ăn đông lạnh

donmuş gıda

lát thịt nguội

söğüş et

đồ hộp

konserve yiyecek

bột giặt

toz deterjan

đồ ngọt

şekerlemeler

sản phẩm dùng trong gia đình

ev temizlik ürünleri

chất tẩy rửa

temizlik ürünleri

người bán hàng

satış görevlisi

quầy trả tiền

yazar kasa

nhân viên thu ngân

kasiyer

danh sách mua sắm

alışveriş listesi

giờ mở cửa

açılış saatleri

ví tiền

cüzdan

thẻ tín dụng

kredi kartı

túi đeo

çanta

túi ny lông

plastik poşet

nước

su

nước quả ép

meyve suyu

sữa

süt

coca-cola

kola

rượu vang

şarap

bia

bira

cồn

alkol

cacao

kakao

trà

çay

cà phê

kahve

espresso

espresso

cappuccino

kapuçino

chuối

muz

quả táo

elma

quả cam

portakal

dưa hấu

kavun

chanh

limon

cà rốt

havuç

tỏi

sarımsak

tre

bambu

củ hành

soğan

nấm

mantar

hạt dẻ

çerez

mì

makarna

mì spaghetti

spagetti

cơm

pirinç

xà lách

salata

khoai tây chiên

cips

khoai tây chiên

patates kızartması

bánh pizza

pizza

bánh hamburger

hamburger

bánh mì sandwich

sandviç

thịt côtlet

şinitzel

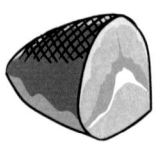

thịt giăm bông

pastırma

xúc xích

salam

dồi

sosis

gà

tavuk

rán

rosto

cá

balık

thức ăn - yemek

cháo yến mạch

yulaf ezmesi

cháo muesli

müsli

bánh bột ngô nướng

mısır gevreği

bột mì

un

bánh sừng bò

kruvasan

bánh mì

küçük ekmek

bánh mì

ekmek

bánh mì nướng

tost

bánh bích quy

bisküvi

bơ

tereyağı

sữa đông

kaymak

bánh ngọt

kek

trứng

yumurta

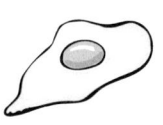

trứng rán

sahanda yumurta

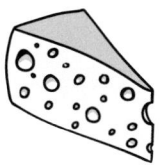

pho mát

peynir

kem
dondurma

đường
şeker

mật ong
bal

mứt
reçel

kem nougat
fındık ezmesi

cà ri
köri

nông trại
çiftlik

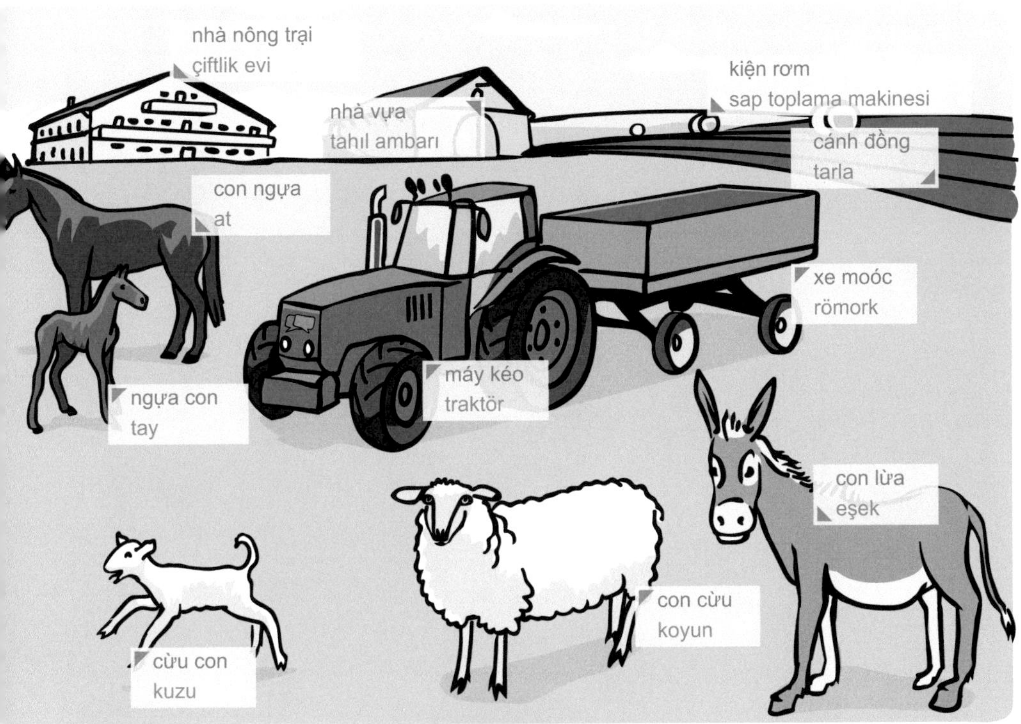

nhà nông trại
çiftlik evi
kiện rơm
sap toplama makinesi
nhà vựa
tahıl ambarı
cánh đồng
tarla
con ngựa
at
xe moóc
römork
máy kéo
traktör
ngựa con
tay
con lừa
eşek
con cừu
koyun
cừu con
kuzu

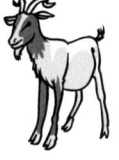

con dê

keçi

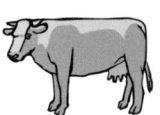

con bò

inek

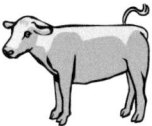

con bê

buzağı

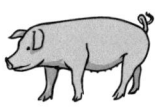

con lợn

domuz

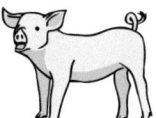

lợn con

domuz yavrusu

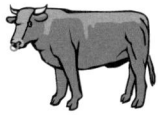

bò đực

boğa

con ngỗng

kaz

con vịt

ördek

gà con

civciv

gà mái

tavuk

gà trống

horoz

con chuột

sıçan

mèo

kedi

chuột nhắt

fare

bò đực

öküz

con chó

köpek

nhà chuồng chó

köpek kulübesi

ống tưới vườn cây

bahçe hortumu

thùng tưới cây

sulama kabı

lưỡi hái

tırpan

cái cày

pulluk

cái liềm

orak

cái cuốc

çapa

cái chĩa

dirgen

cái rìu

balta

xe cút kít

el arabası

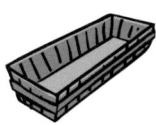

máng ăn

yemlik

lọ sữa

süt kovası

bao tải

çuval

hàng rào

çit

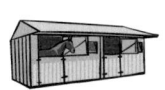

chuồng

ahır

nhà kính trồng cây

sera

đất trồng

toprak

hạt giống

tohum

phân bón

gübre

máy gặt đập liên hợp

biçerdöver

thu hoạch
hasat etmek

mùa thu hoạch
harman

khoai lang
tatlı patates

lúa mì
buğday

đậu nành
soya

khoai tây
patates

ngô
mısır

hạt cải dầu
kolza

cây ăn trái
meyve ağacı

sắn
manyok

ngũ cốc
hububat

ống khói
baca

mái nhà
çatı

ống máng mước mưa
yağmur oluğu

cửa sổ
pencere

ga ra
garaj

chuông cửa
kapı zili

cửa
kapı

thùng rác
çöp kutusu

hòm thư
posta kutusu

vườn
bahçe

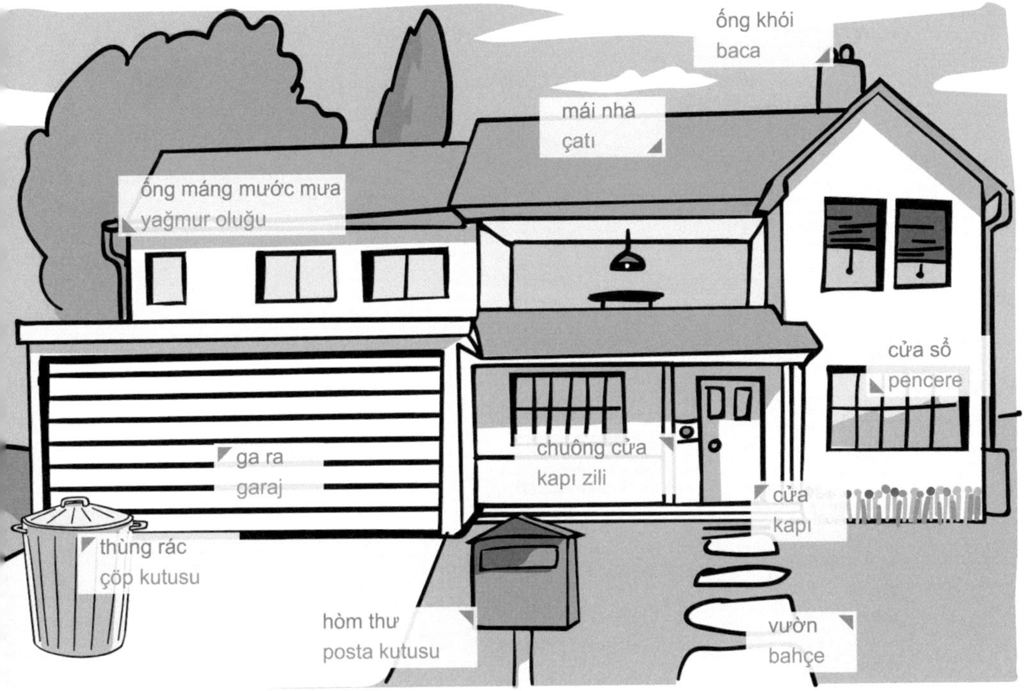

phòng khách

oturma odası

phòng tắm

banyo

bếp

mutfak

phòng ngủ

yatak odası

phòng trẻ em

çocuk odası

phòng ăn

yemek odası

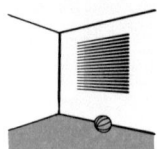

nền nhà
zemin

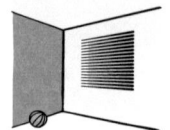

tường
duvar

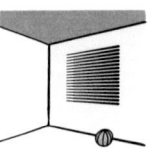

trần nhà
tavan

tầng hầm
kiler

tắm hơi
sauna

ban công
balkon

sân hiên
teras

bể bơi
havuz

máy cắt cỏ
çim biçme makinesi

khăn trải giường
çarşaf

khăn trải giường
yatak örtüsü

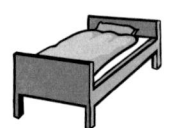

giường
yatak

chổi
süpürge

cái xô
kova

công tắc điện
anahtar

phòng khách
oturma odası

giấy dán tường
duvar kağıdı
hình ảnh
resim
đèn
lamba
cái kệ
raf
tủ
dolap
ti vi
televizyon
lò sưởi
şömine
bông hoa
çiçek
gối
minder
ghế sofa
kanepe
bình hoa
vazo
điều khiển từ xa
uzaktan kumanda

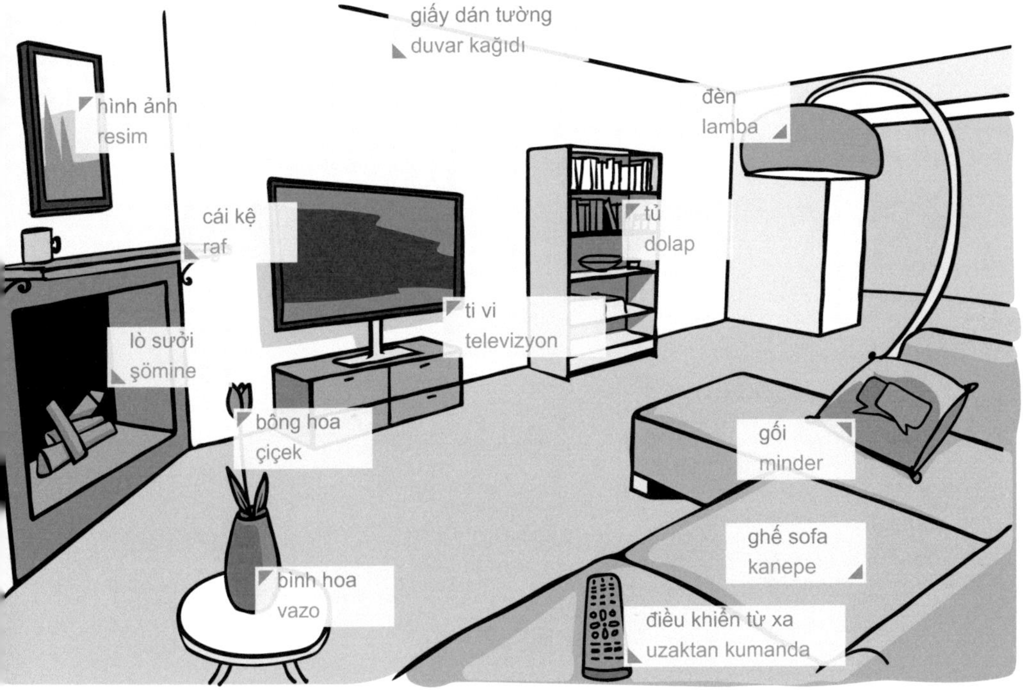

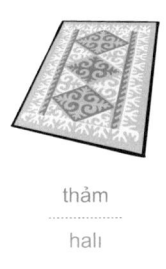

thảm

halı

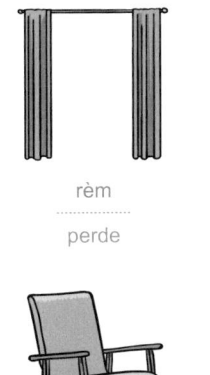

rèm

perde

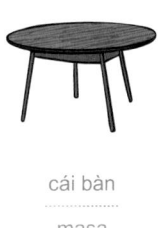

cái bàn

masa

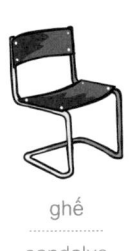

ghế

sandalye

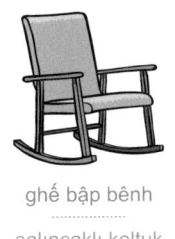

ghế bập bênh

salıncaklı koltuk

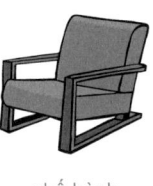

ghế bành

koltuk

sách
kitap

cái chăn
battaniye

đồ trang trí
dekor

củi
odun

phim
film

máy hi-fi
hi-fi

chìa khóa
anahtar

báo
gazete

bức tranh
tablo

áp phích
poster

radio
radyo

sổ ghi chép
defter

máy hút bụi
elektrikli süpürge

cây xương rồng
kaktüs

cây nến
mum

bếp
mutfak

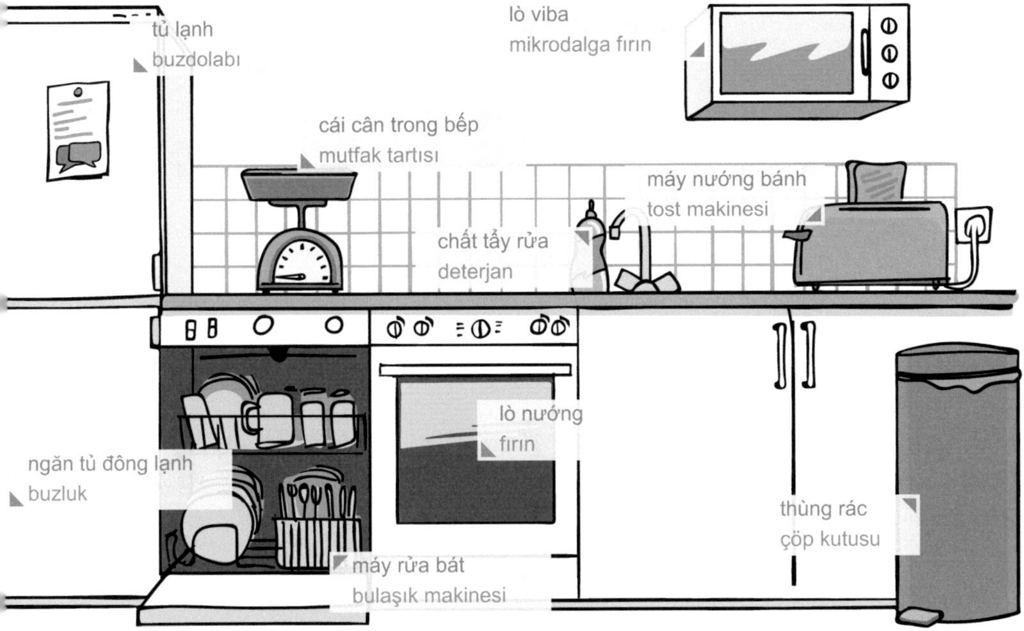

tủ lạnh
buzdolabı
lò viba
mikrodalga fırın
cái cân trong bếp
mutfak tartısı
máy nướng bánh
tost makinesi
chất tẩy rửa
deterjan
lò nướng
fırın
ngăn tủ đông lạnh
buzluk
thùng rác
çöp kutusu
máy rửa bát
bulaşık makinesi

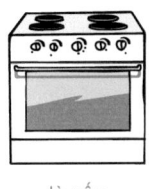

lò nấu

ocak

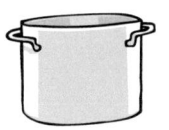

nồi

tencere

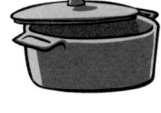

nồi sắt

döküm tencere

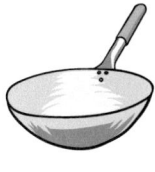

chảo

wok

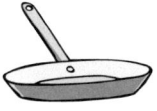

chảo

tava

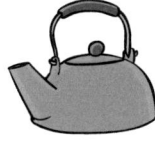

ấm đun nước

su ısıtıcı

nồi đun hơi

buharlı pişirici

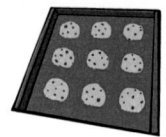

khay lò nướng

pişirme tepsisi

bát đĩa

tabak takımı

cốc

kupa

cái bát

kase

đũa

çubuk (çin yemeği)

cái vá

kepçe

bàn xẻng

spatula

que đánh kem

çırpma teli

rây dùng trong bếp

süzgeç

cái rây lọc

elek

cái nạo

rende

vữa

havan

vỉ nướng

barbekü

ngọn lửa trần

açık ateş

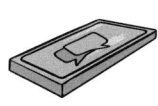

cái thớt

kesme tahtası

trục cán bột

merdane

cái mở nút chai

tirbüşon

vỏ đồ hộp

konserve kutusu

cái mở vỏ đồ hộp

konserve açacağı

miếng nhắc nồi

fırın eldiveni

bồn rửa bát

evye

bàn chải

fırça

miếng xốp

sünger

máy xay

blender

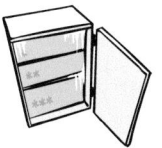

tủ đông lạnh

derin dondurucu

bình sữa cho trẻ sơ sinh

biberon

vòi nước

musluk

phòng tắm
banyo

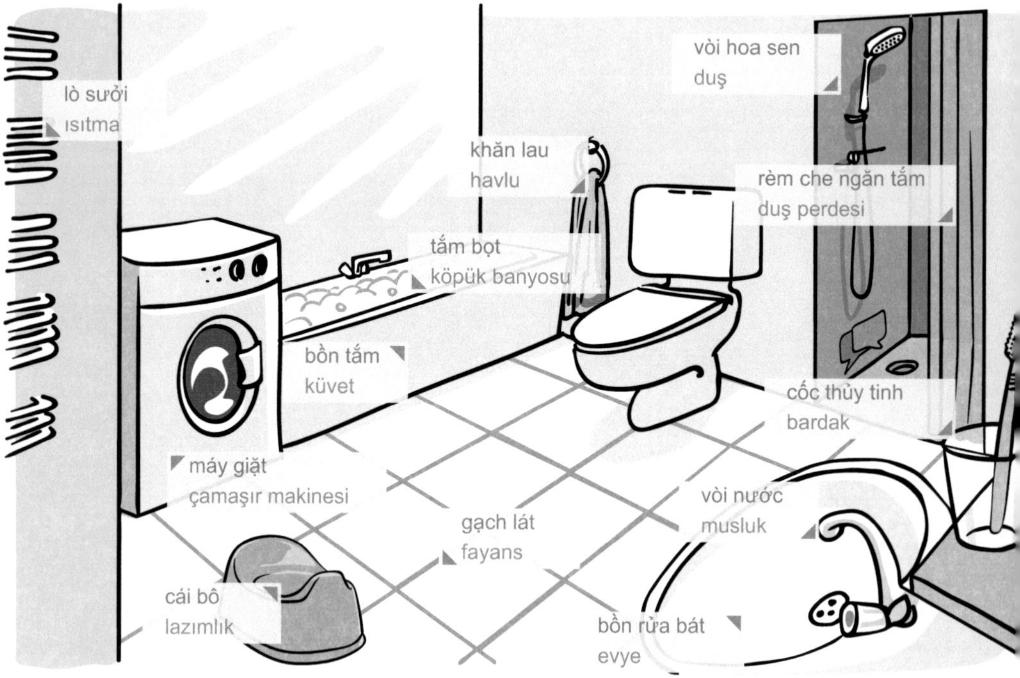

lò sưởi
ısıtma
vòi hoa sen
duş
khăn lau
havlu
rèm che ngăn tắm
duş perdesi
tắm bọt
köpük banyosu
bồn tắm
küvet
cốc thủy tinh
bardak
máy giặt
çamaşır makinesi
vòi nước
musluk
gạch lát
fayans
cái bô
lazımlık
bồn rửa bát
evye

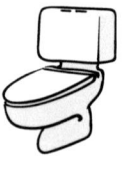

bồn cầu

tuvalet

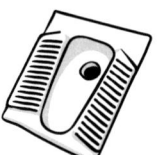

bồn cầu ngồi xổm

alaturka tuvalet

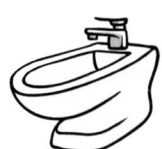

bồn rửa hậu môn

bide

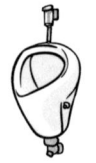

bồn tiểu tiện

pisuvar

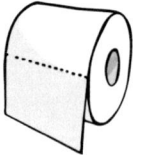

giấy vệ sinh

tuvalet kağıdı

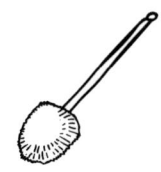

bàn chải cọ bồn cầu

tuvalet fırçası

bàn chải đánh răng

diş fırçası

kem đánh răng

diş macunu

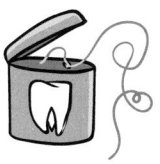

chỉ nha khoa

diş ipi

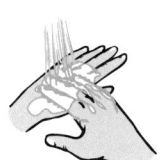

rửa

yıkamak

vòi sen cầm tay

duş başlığı

vòi rửa hậu môn

duş başlığı şeklinde taharet musluğu

bồn rửa

küvet

bàn chải cọ lưng

banyo fırçası

xà phòng

sabun

sữa tắm

duş jeli

dầu gội

şampuan

khăn cọ để tắm

banyo lifi

lỗ thoát nước

gider

kem

krem

chất khử mùi

deodorant

gương

ayna

gương tay

el aynası

dao cạo râu

jilet

kem cạo râu

tıraş köpüğü

nước thơm dùng sau khi
cạo râu

tıraş losyonu

cái lược

tarak

bàn chải

fırça

máy xấy tóc

saç kurutma makinesi

keo xịt tóc

saç spreyi

đồ trang điểm

makyaj

thỏi son môi

ruj

sơn bôi móng

tırnak cilası

bông

pamuk

kéo cắt móng

tırnak makası

nước hoa

parfüm

túi đựng đồ tắm

makyaj çantası

ghế đẩu

tabure

cái cân

tartı

áo choàng tắm

bornoz

găng tay làm vệ sinh

lastik eldiven

nút gạc

tampon

băng vệ sinh

kadın pedi

nhà vệ sinh hóa chất

kimyevi tuvalet

phòng trẻ em

çocuk odası

đồng hồ báo thức
çalar saat
thú bông
peluş oyuncak
xe đồ chơi
oyuncak araba
cái lúc lắc
çıngırak
nhà búp bê
bebek evi
món quà
hediye

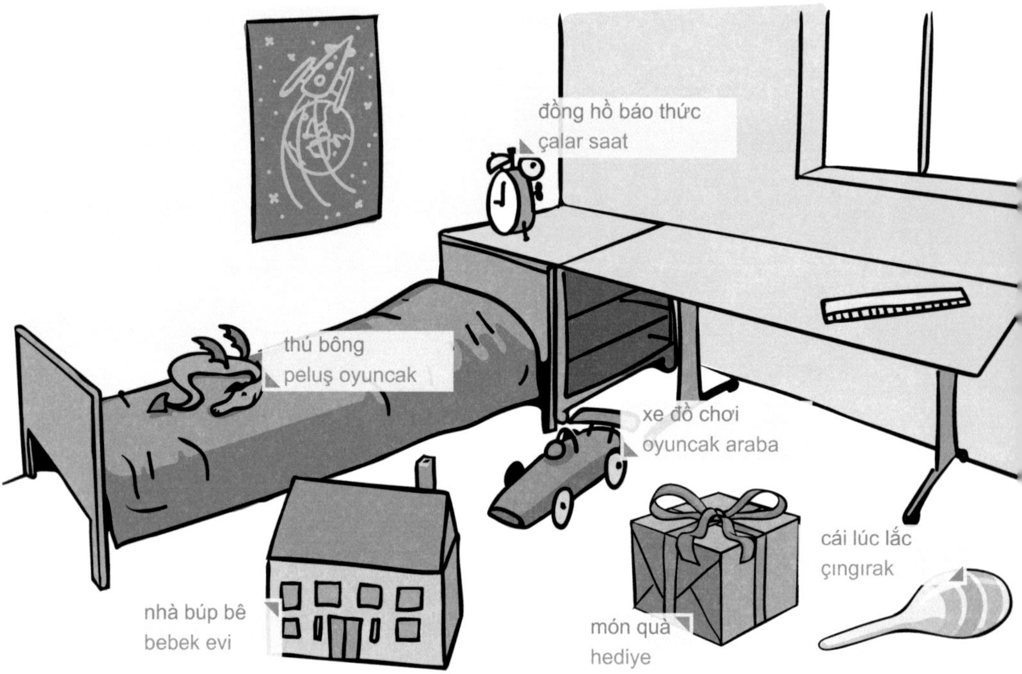

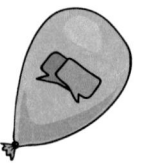

bong bóng

balon

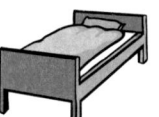

giường

yatak

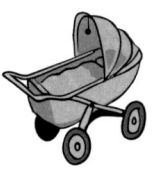

xe nôi

bebek arabası

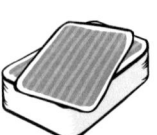

trò chơi bài

kart destesi

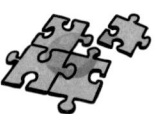

trò chơi ghép hình

yapboz

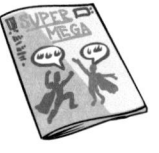

truyện tranh

çizgi roman

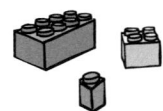

gạch Lego

lego tuğlaları

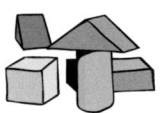

khối xếp hình

lego blokları

nhân vật hành động

aksiyon figürü

o liền quần cho trẻ sơ sinh

zıbın

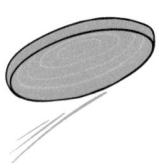

đĩa nhựa để ném

frizbi

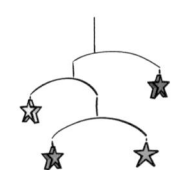

đồ chơi treo trên giường

dönence

trò chơi cờ bàn

masa oyunu

xúc xắc

zar

đồ chơi xe lửa mô hình

model tren seti

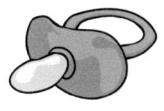

ti giả

emzik

buổi tiệc

parti

sách tranh

resimli kitap

quả bóng

top

búp bê

oyuncak bebek

chơi

oynamak

hố cát

kum havuzu

cái đu

salıncak

đồ chơi

oyuncaklar

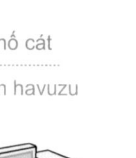

máy chơi game cầm tay

video oyun konsolu

xe ba bánh

üç tekerlekli bisiklet

gấu bông

oyuncak ayı

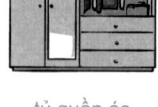

tủ quần áo

gardırop

y phục
kıyafet

bít tất

çorap

bít tất dài

külotlu çorap

quần tất

tayt

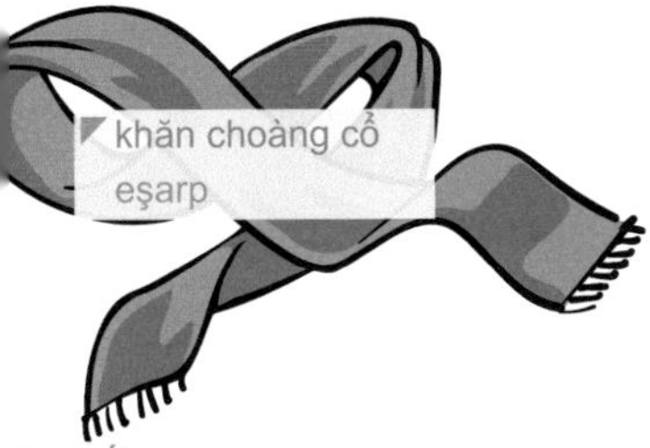

khăn choàng cổ
eşarp

ô che mưa
şemsiye

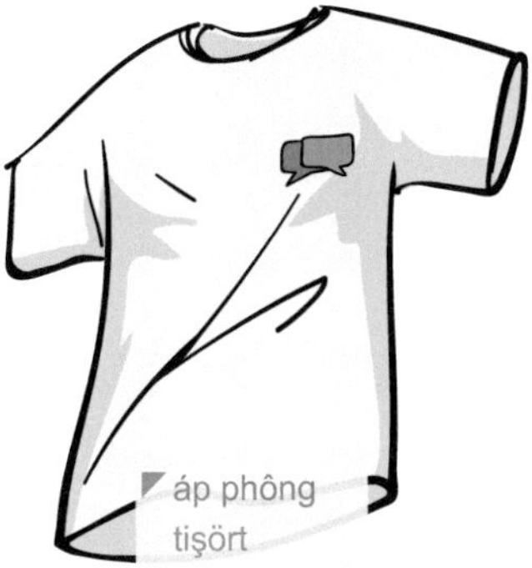

áp phông
tişört

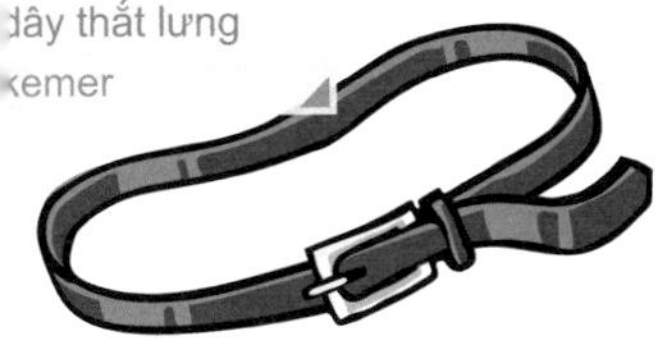

dây thắt lưng
kemer

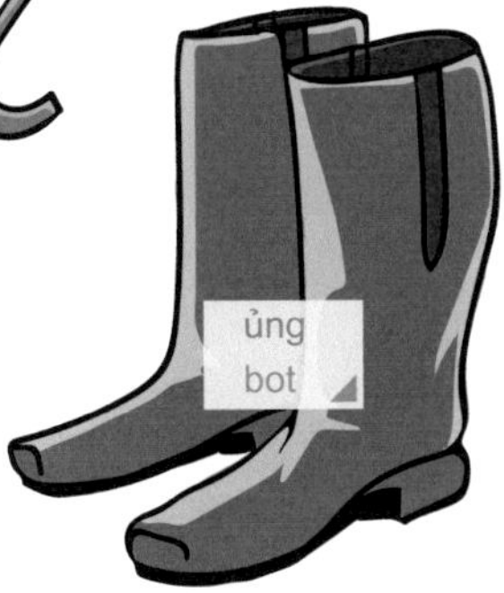

ủng
bot

dép đi trong nhà
terlik

giày sneaker
spor ayakkabı

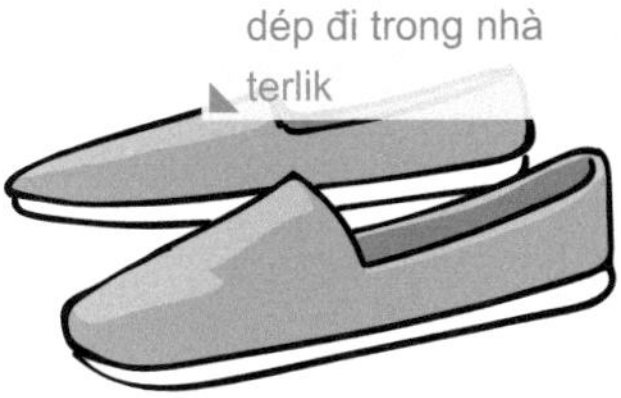

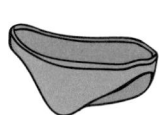

dép xăng đan
sandalet

giày
ayakkabı

ủng cao su
lastik çizme

quần lót
külot

áo ngực
sütyen

áo vest
yelek

y phục - kıyafet

45

áo ôm sát cơ thể

dar bluz

quần dài

pantolon

quần bò

kot pantolon

váy

etek

áo cánh

bluz

áo sơ mi

gömlek

áo len chui đầu

kazak

áo len

süveter

áo blazer

blazer

áo jacket

ceket

áo khoác

mont

áo mưa

yağmurluk

trang phục

kostüm

áo váy

elbise

áo cưới

gelinlik

bộ com lê

takım elbise

áo ngủ

gecelik

pijama

pijama

trang phục sari

sari

khăn trùm đầu

baş örtüsü

khăn đội đầu

türban

áo burka

burka

áo captan

kaftan

áo aba

çarşaf

quần áo bơi

mayo

quần bơi

erkek mayosu

quần đùi

şort

quần áo tracksuit

eşofman

tạp dề

önlük

găng tay

eldiven

cái cúc

düğme

kính mắt

gözlük

vòng đeo tay

bilezik

vòng cổ

kolye

nhẫn

yüzük

hoa tai

küpe

mũ lưỡi trai

kep

cái mắc treo áo quần

portmanto

mũ

şapka

cà vạt

kravat

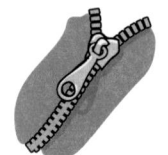

dây kéo phéc mơ tuya

fermuar

mũ bảo hiểm

kask

dây đeo quần

pantolon askısı

đồng phục học sinh

okul forması

đồng phục

üniforma

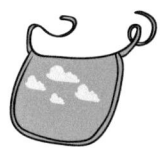

yếm trẻ em

mama önlüğü

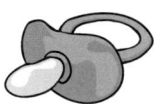

ti giả

emzik

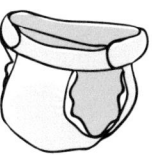

tã lót

bebek bezi

văn phòng

ofis

máy chủ
sunucu
tủ hồ sơ
dosya dolabı
máy in
yazıcı
giấy
kağıt
màn hình
monitör
chuột máy tính
fare
bàn làm việc
masa
thư mục
klasör
bàn phím
klavye
thùng rác giấy
kağıt çöp kutusu
máy tính
bilgisayar
ghế
sandalye

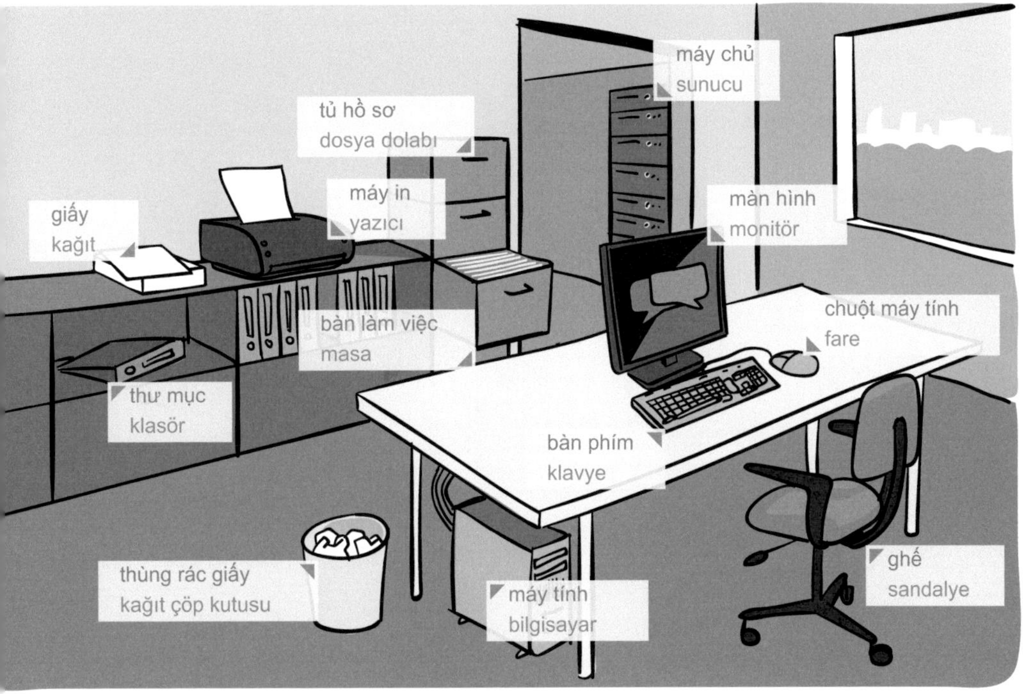

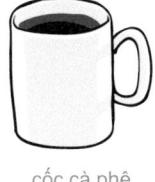

cốc cà phê

kahve fincanı

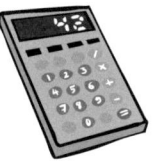

máy tính bỏ túi

hesap makinesi

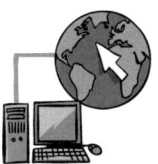

internet

internet

laptop

dizüstü

thư

mektup

tin nhắn

mesaj

điện thoại di động

cep telefonu

mạng

ağ

máy photocopy

fotokopi makinesi

phần mềm

yazılım

điện thoại

telefon

ổ cắm điện

priz

máy fax

faks makinesi

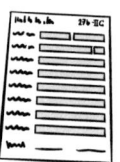

mẫu đơn

form

chứng từ

belge

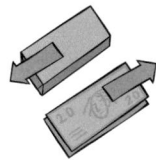

mua

satın almak

trả tiền

ödemek

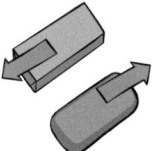

buôn bán

ticaret yapmak

tiền

para

đô la

dolar

Euro

avro

yên

yen

rúp

ruble

franc Thụy Sĩ

İsviçre frangı

nhân dân tệ

Çin yuanı

rupi

rupi

máy rút tiền tự động

kasa

quầy đổi tiền

döviz bürosu

vàng

altın

bạc

gümüş

dầu

petrol

năng lượng

enerji

giá tiền

fiyat

hợp đồng

kontrat

thuế

vergi

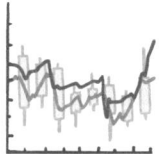

cổ phiếu

menkul değer

làm việc

çalışmak

nhân viên

işveren

chủ lao động

işçi

nhà máy

fabrika

cửa hiệu

mağaza

nghề nghiệp
meslekler

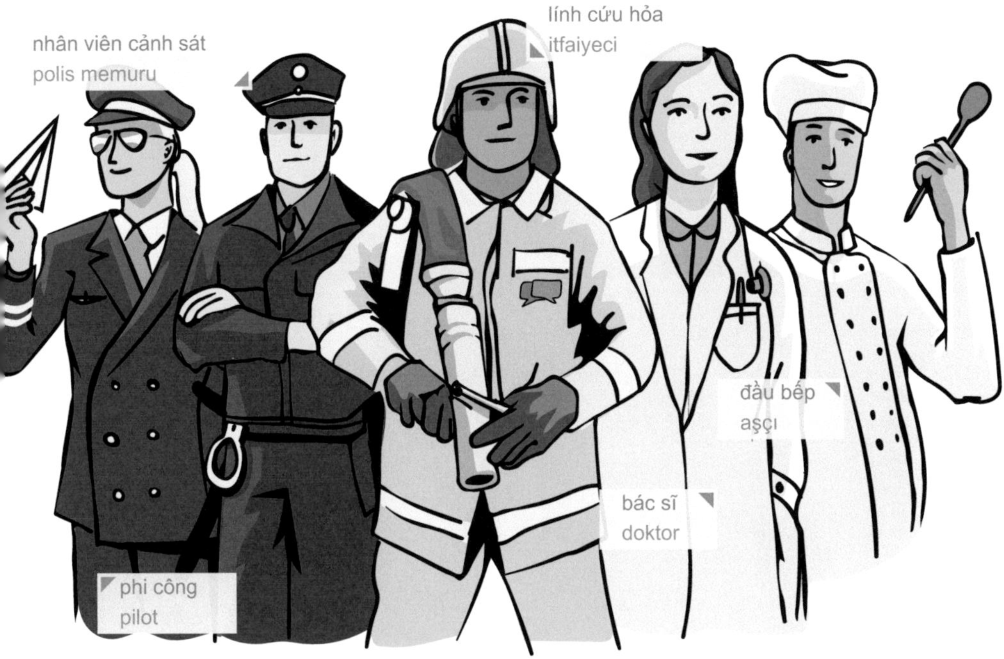
nhân viên cảnh sát
polis memuru
lính cứu hỏa
itfaiyeci
đầu bếp
aşçı
bác sĩ
doktor
phi công
pilot

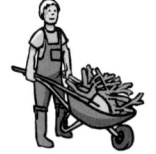

người làm vườn

bahçıvan

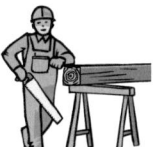

thợ mộc

marangoz

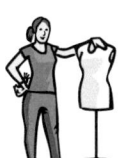

thợ may

terzi

chánh án

hakim

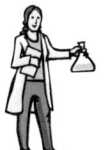

nhà hóa học

kimyager

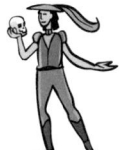

diễn viên

aktör

tài xế xe buýt

otobüs şoförü

người lái taxi

taksi şoförü

ngư dân

balıkçı

người lau dọn vệ sinh

temizlikçi

thợ lợp mái nhà

çatı ustası

bồi bàn

garson

thợ săn

avcı

họa sĩ

boyacı

thợ làm bánh

fırıncı

thợ điện

elektrikçi

thợ xây dựng

inşaatçı

kỹ sư

mühendis

người hàng thịt

kasap

thợ sửa ống nước

muslukçu

người đưa thư

postacı

người lính

asker

kiến trúc sư

mimar

nhân viên thu ngân

kasiyer

người bán hoa

çiçekçi

thợ cắt tóc

kuaför

nhân viên soát vé

kondüktör

thợ cơ khí

tamirci

thuyền trưởng

kaptan

nha sĩ

dişçi

nhà khoa học

bilim insanı

giáo sĩ Do thái

haham

lãnh tụ Hồi giáo

imam

nhà sư

keşiş

mục sư

rahip

dụng cụ
aletler

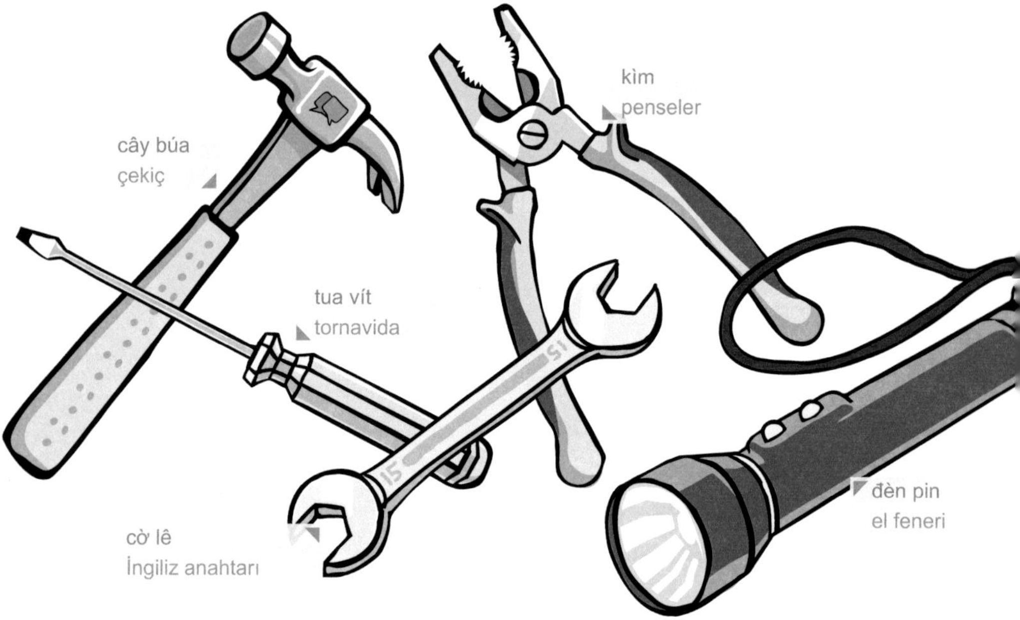

kìm
penseler
cây búa
çekiç
tua vít
tornavida
đèn pin
el feneri
cờ lê
İngiliz anahtarı

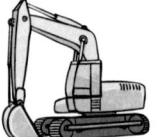

máy xúc đất

kazı makinesi

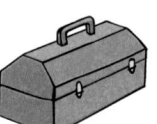

hộp dụng cụ

alet çantası

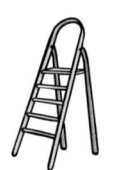

cái thang

merdiven

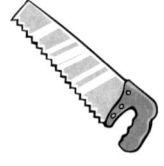

cưa

testere

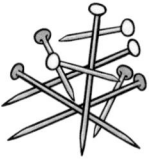

đinh

çiviler

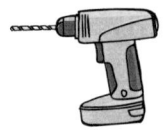

máy khoan

matkap

sửa chữa
tamir etmek

cái xẻng
kürek

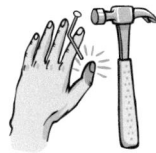

khốn nạn!
Kahretsin!

cái hót rác
faraş

thùng sơn
boya tenekesi

vít
vidalar

nhạc cụ
müzik enstrümanı

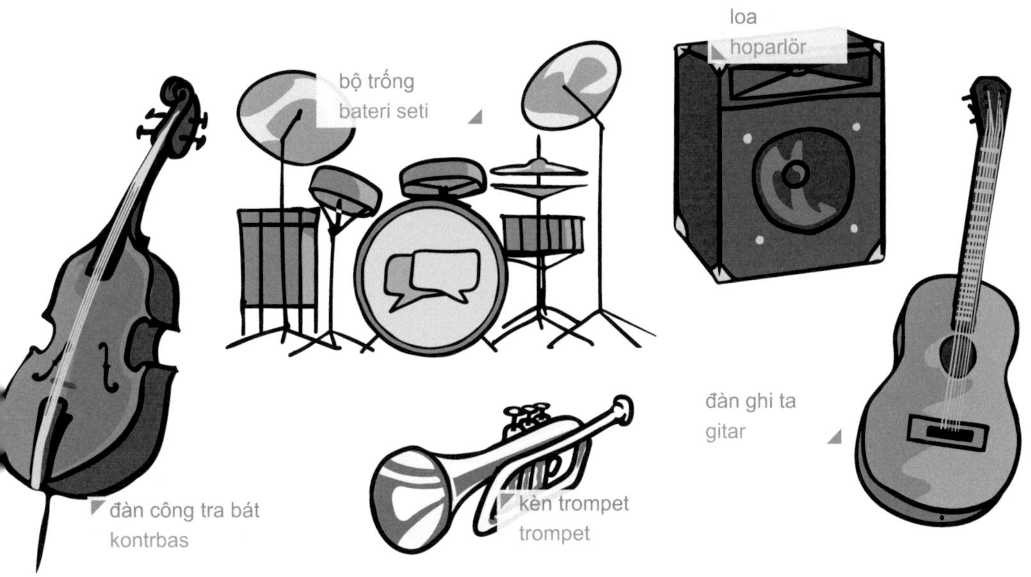

loa
hoparlör

bộ trống
bateri seti

đàn ghi ta
gitar

đàn công tra bát
kontrbas

kèn trompet
trompet

đàn piano

piyano

đàn vĩ cầm

keman

ghi ta bass

basgitar

trống định âm

timpani

trống

bateri

đàn organ

klavye

kèn Saxophone

saksafon

sáo

flüt

micro

mikrofon

vườn bách thú
hayvanat bahçesi

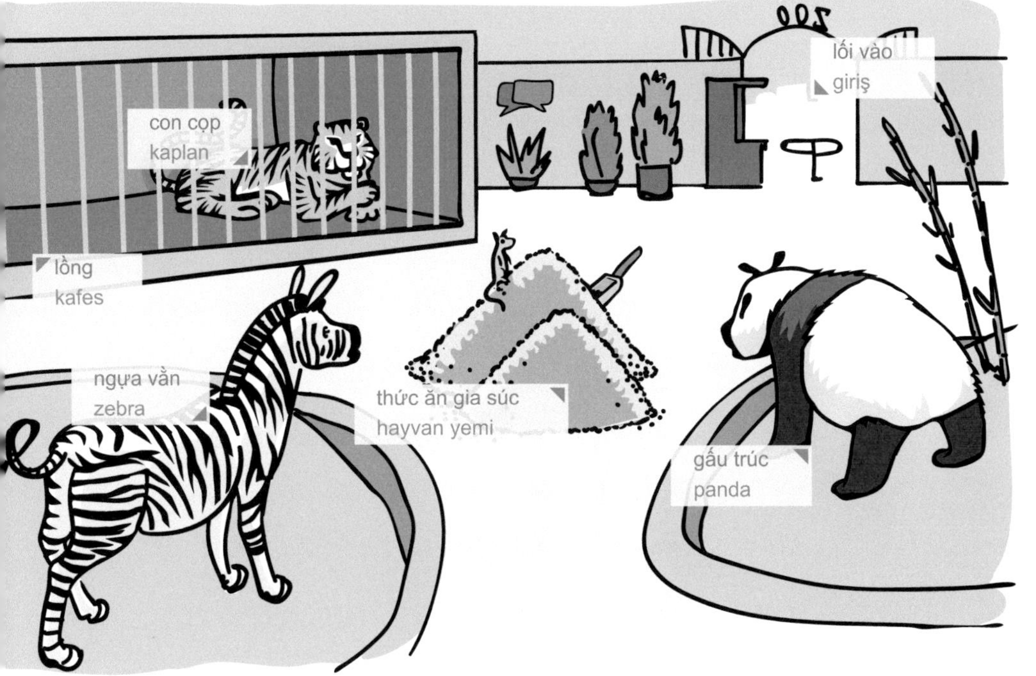
zoo
lối vào
giriş
con cọp
kaplan
lồng
kafes
ngựa vằn
zebra
thức ăn gia súc
hayvan yemi
gấu trúc
panda

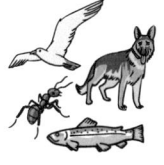

động vật
hayvanlar

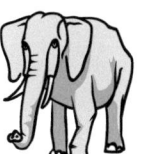

con voi
fil

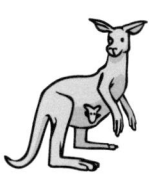

chuột túi
kanguru

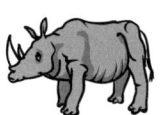

tê giác
gergedan

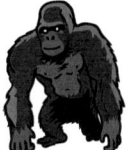

khỉ đột
goril

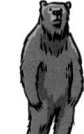

con gấu
ayı

lạc đà

deve

đà điểu

deve kuşu

sư tử

aslan

con khỉ

maymun

hồng hạc

flamingo

con vẹt

papağan

gấu bắc cực

kutup ayısı

chim cánh cụt

penguen

cá mập

köpek balığı

con công

tavus kuşu

con rắn

yılan

cá sấu

timsah

người trông giữ vườn bách
thú

hayvanat bahçesi görevlisi

hải cẩu

fok

báo đốm

jaguar

vườn bách thú - hayvanat bahçesi

ngựa lùn

midilli atı

con báo

leopar

hà mã

su aygırı

hươu cao cổ

zürafa

đại bàng

kartal

heo rừng

yaban domuzu

cá

balık

con rùa

kaplumbağa

hải mã

mors

con cáo

tilki

linh dương

ceylan

bóng bầu dục Mỹ
amerikan futbolu

đua xe đạp
bisiklete binme

quần vợt
tenis

bóng rổ
basketbol

bơi
yüzme

đấm bốc
boks

khúc côn cầu trên băng
buz hokeyi

bóng đá
futbol

cầu lông
badminton

điền kinh
atletizm

bóng ném
hentbol

trượt tuyết
kayak

polo
polo

các hoạt động
etkinlikler

cười
gülmek
nhảy
atlamak
ôm
sarılmak
đi bộ
yürümek
ca hát
söylemek
mơ
hayal etmek
cầu nguyện
dua etmek
hôn
öpmek

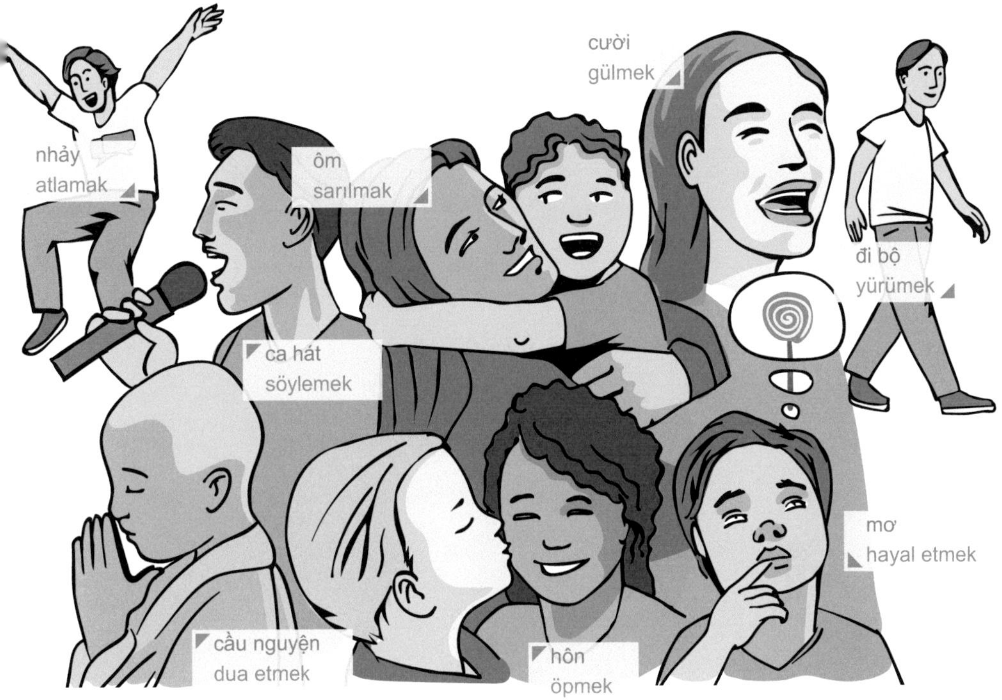

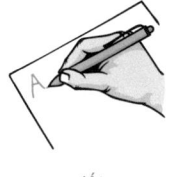

viết

yazmak

vẽ

çizmek

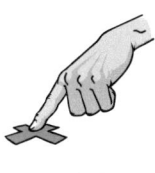

chỉ trỏ

göstermek

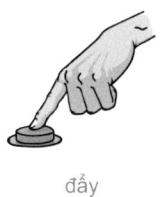

đẩy

itmek

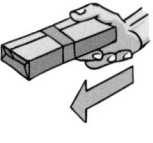

cho

vermek

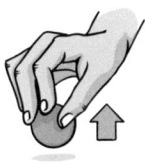

lấy đi

almak

có

sahip olmak

làm

yapmak

thì / là

olmak

đứng

ayakta durmak

chạy

koşmak

kéo

çekmek

ném

atmak

rơi

düşmek

nằm

yalan söylemek

chờ đợi

beklemek

mang vác

taşımak

ngồi

oturmak

mặc quần áo

giyinmek

ngủ

uyumak

thức dậy

uyanmak

xem

bakmak

khóc

ağlamak

vuốt ve

vurmak

chải

taramak

nói chuyện

konuşmak

hiểu

anlamak

câu hỏi

sormak

nghe

dinlemek

uống

içmek

ăn

yemek

dọn dẹp

düzenlemek

yêu

sevmek

nấu nướng

pişirmek

lái xe

sürmek

bay

uçmak

đi thuyền buồm

denize açılmak

tính toán

hesapla

đọc

okumak

học

öğrenmek

làm việc

çalışmak

cưới

evlenmek

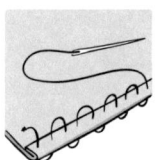

khâu vá

dikmek

đánh răng

diş fırçalamak

giết

öldürmek

hút thuốc

sigara içmek

gửi đi

yollamak

gia đình
aile

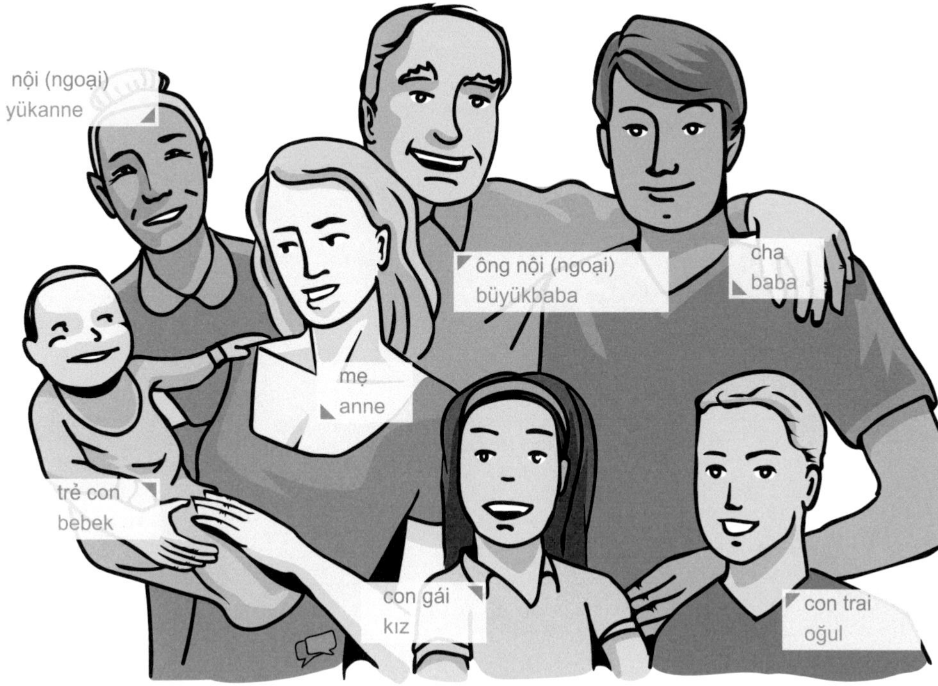

nội (ngoại)
yükanne
ông nội (ngoại)
büyükbaba
cha
baba
mẹ
anne
trẻ con
bebek
con gái
kız
con trai
oğul

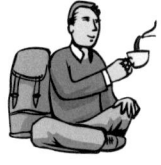

khách

misafir

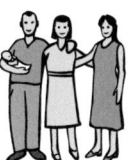

cô (dì)

teyze

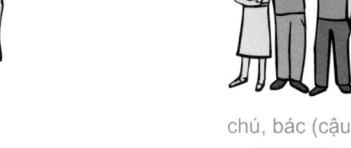

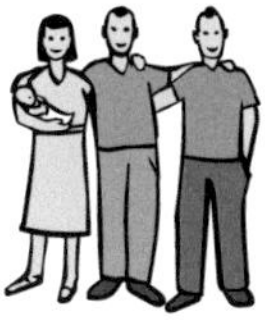

chú, bác (cậu)

amca

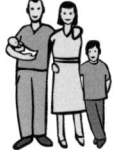

anh (em) trai

erkek kardeş

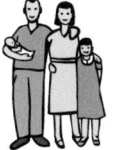

chị (em) gái

kız kardeş

cơ thể

vücut

trán
alın
mắt
göz
vai
omuz
ngón tay
parmak
mặt
yüz
cằm
çene
bàn tay
el
chân
bacak
ngực
göğüs
cánh tay
kol

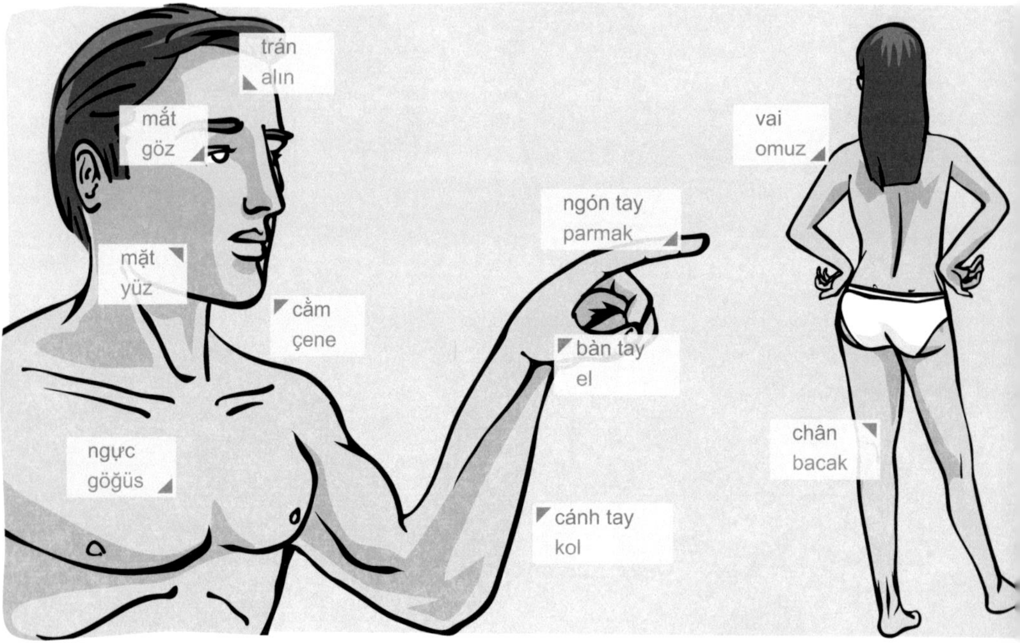

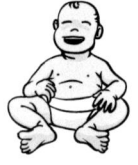

trẻ con

bebek

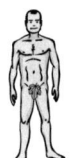

đàn ông

adam

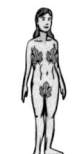

phụ nữ

kadın

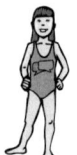

bé gái

kız

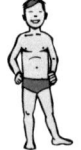

bé trai

erkek çocuk

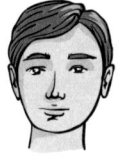

đầu

baş

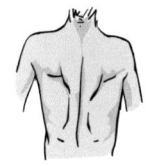

lưng

sırt

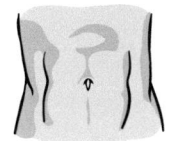

bụng

karın

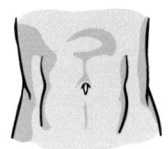

rốn

göbek

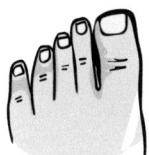

ngón chân

ayak parmağı

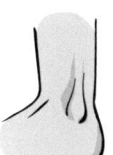

gót chân

topuk

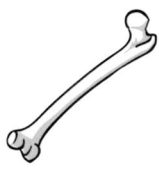

xương

kemik

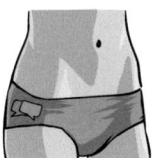

hông

kalça

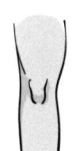

đầu gối

diz

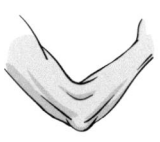

khuỷu tay

dirsek

mũi

burun

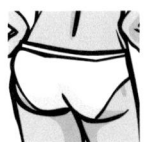

mông

kalça

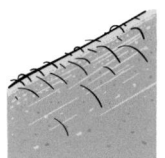

da

deri

má

yanak

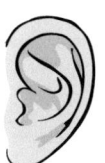

tai

kulak

môi

dudak

miệng

ağız

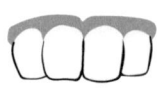

răng

diş

lưỡi

dil

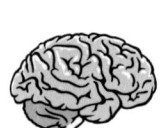

não

beyin

tim

kalp

cơ bắp

kas

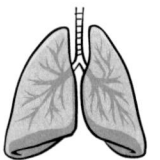

phổi

akciğer

gan

karaciğer

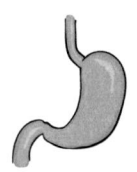

dạ dày

mide

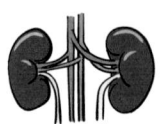

thận

böbrekler

giao hợp

seks

bao cao su

prezervatif

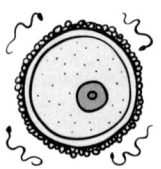

noãn

yumurtalık

tinh dịch

sperm

mang thai

hamilelik

cơ thể - vücut

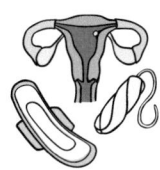

kinh nguyệt

regl

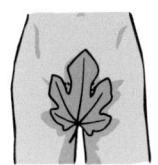

âm vật

vajina

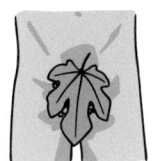

dương vật

penis

lông mày

kaş

tóc

saç

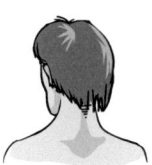

cổ

boyun

cơ thể - vücut   71

bệnh viện
hastane

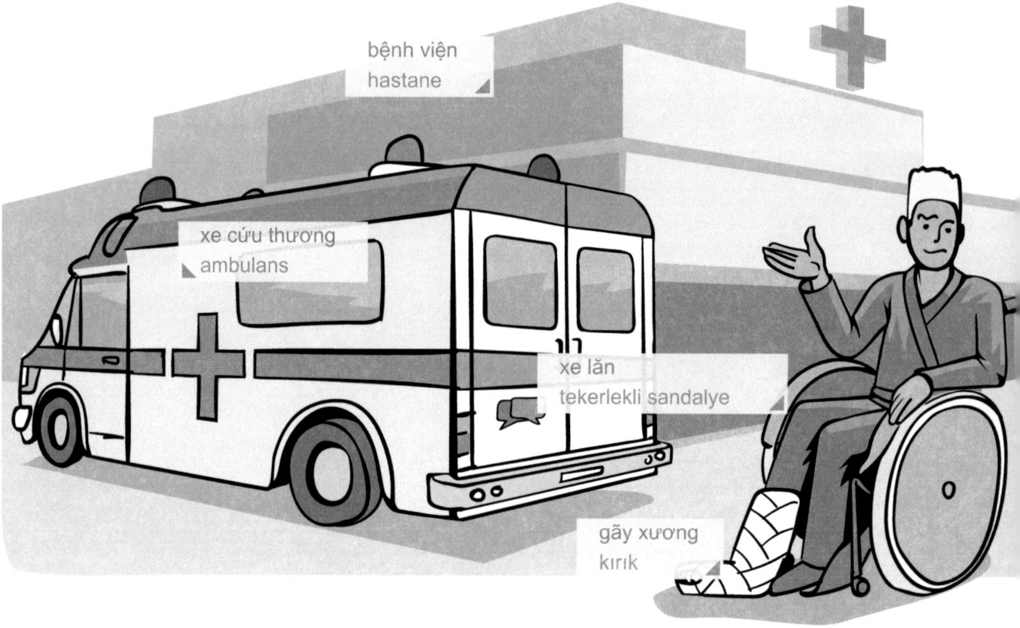

bệnh viện
hastane
xe cứu thương
ambulans
xe lăn
tekerlekli sandalye
gãy xương
kırık

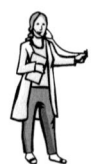

bác sĩ

doktor

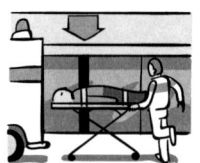

phòng cấp cứu

acil servis

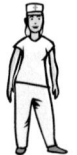

y tá

hemşire

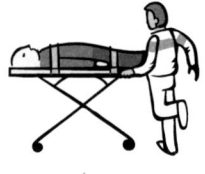

cấp cứu

acil

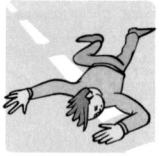

bất tỉnh

baygın

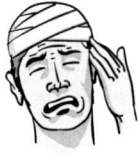

cơn đau

acı

bị thương

yaralanma

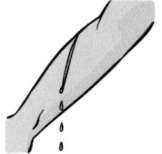

chảy máu

kanama

nhồi máu cơ tim

kalp krizi

đột quỵ

felç

dị ứng

alerji

ho

öksürük

sốt

ateş

cúm

grip

tiêu chảy

ishal

đau đầu

baş ağrısı

ung thư

kanser

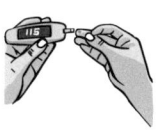

bệnh tiểu đường

şeker hastalığı

bác sĩ phẫu thuật

cerrah

dao mổ

neşter

giải phẫu

operasyon

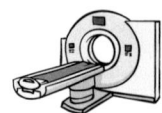

chụp cắt lớp

bilgisayarlı tomografi

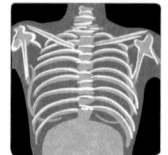

chụp x-quang

röntgen

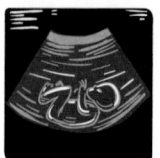

siêu âm

ultrason

mặt nạ

yüz maskesi

bệnh

hastalık

phòng đợi

bekleme odası

cái nạng

koltuk değneği

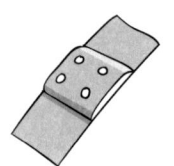

băng dán vết thương

yara bandı

băng bó

bandaj

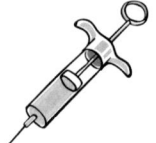

tiêm thuốc

enjeksiyon

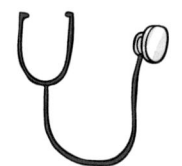

ống nghe khám bệnh

steteskop

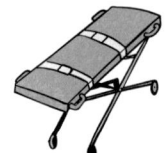

băng ca

sedye

nhiệt kế

tıbbi termometre

sinh đẻ

doğum

thừa cân

fazla kilo

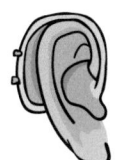

máy trợ thính

işitme cihazı

chất khử trùng

dezenfektan

nhiễm trùng

enfeksiyon

vi rút

virüs

HIV / AIDS

HIV / AIDS

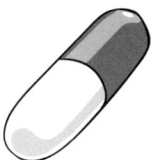

thuốc

ilaç

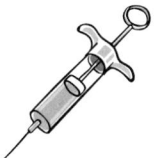

tiêm chủng

aşı

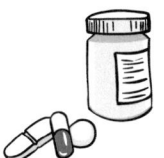

thuốc viên

tablet

viên thuốc

hap

gọi cấp cứu

acil çağrı

máy đo huyết áp

tansiyon aleti

bệnh / khỏe mạnh

hasta / sağlıklı

cứu!

İmdat!

báo động

alarm

cuộc đột kích

darp

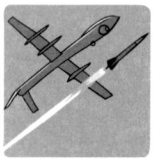

sự tấn công

saldırı

mối nguy hiểm

tehlike

lối thoát hiểm

acil çıkış

cháy!

Yangın!

bình chữa cháy

yangın tüpü

tai nạn

kaza

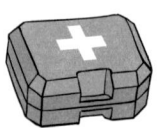

bộ dụng cụ sơ cứu

ilk yardım çantası

SOS

imdat

cảnh sát

polis

châu Âu

Avrupa

Bắc Mỹ

Kuzey Amerika

Nam Mỹ

Güney amerika

châu Phi

Afrika

châu Á

Asya

châu Úc

Avustralya

Đại Tây Dương

Atlantik

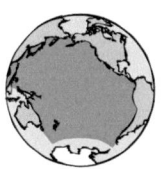

Thái Bình Dương

Pasifik

Ấn Độ Dương

Hint Okyanusu

Nam Cực Dương

Antarktika Okyanusu

Bắc Băng Dương

Arktik Okyanusu

bắc cực

Kuzey Kutbu

nam cực
Güney Kutbu

nam cực
Antarktika

trái đất
dünya

đất liền
kara

biển
deniz

đảo
ada

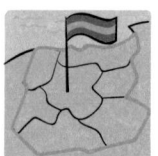

quốc gia
ulus

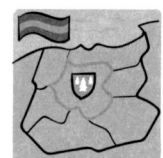

nhà nước
ülke

mặt đồng hồ

kadran

kim chỉ giờ

akrep

kim chỉ phút

yelkovan

kim chỉ giây

saniye ibresi

Bây giờ là mấy giờ?

Saat kaç?

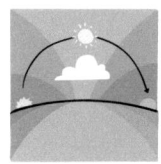

ngày

gün

thời gian

zaman

bây giờ

şimdi

đồng hồ điện tử

dijital saat

phút

dakika

giờ

saat

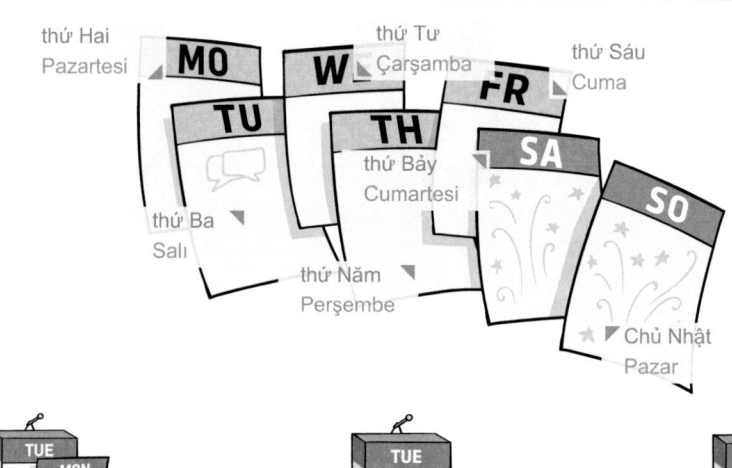

thứ Hai
Pazartesi

thứ Tư
Çarşamba

thứ Sáu
Cuma

thứ Ba
Salı

thứ Bảy
Cumartesi

thứ Năm
Perşembe

Chủ Nhật
Pazar

hôm qua

dün

hôm nay

bugün

ngày mai

yarın

buổi sáng

sabah

buổi trưa

öğle

buổi tối

akşam

MO	TU	WE	TH	FR	SA	SU
1	2	3	4	5	6	7
8	9	10	11	12	13	14
15	16	17	18	19	20	21
22	23	24	25	26	27	28
29	30	31	1	2	3	4

ngày làm việc

iş günleri

MO	TU	WE	TH	FR	SA	SU
1	2	3	4	5	6	7
8	9	10	11	12	13	14
15	16	17	18	19	20	21
22	23	24	25	26	27	28
29	30	31	1	2	3	4

cuối tuần

hafta sonu

mưa
yağmur

cầu vồng
gökkuşağı

gió
rüzgar

tuyết
kara

mùa xuân
bahar

mùa hè
yaz

mùa thu
sonbahar

mùa đông
kış

4.APRIL	11°	☀
5.APRIL	4°	☁
6.APRIL	13°	☁
7.APRIL	8°	❄
8.APRIL	10°	☀

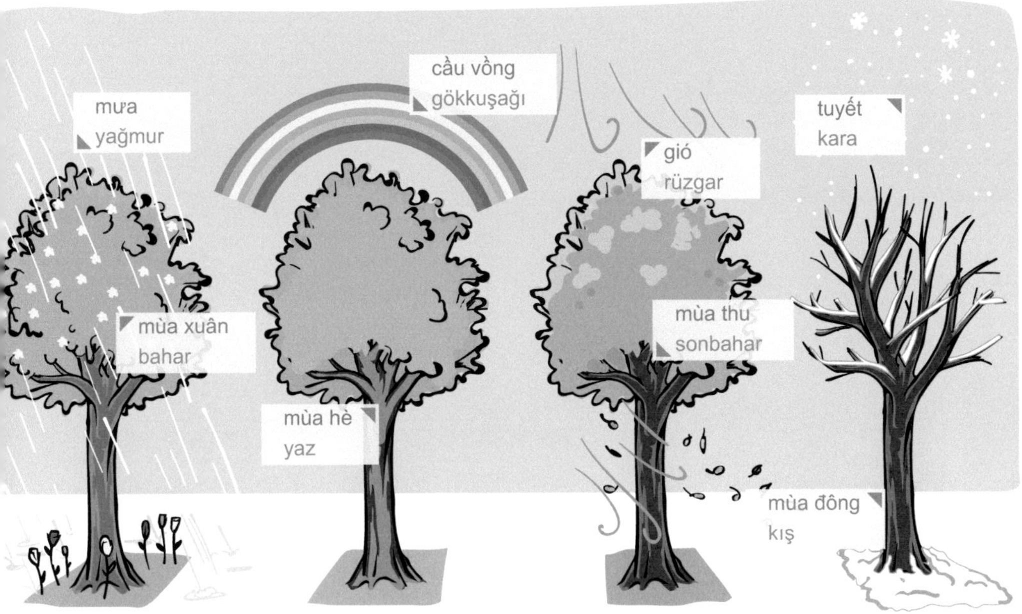

dự báo thời tiết
hava durumu tahmini

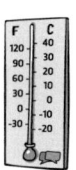

nhiệt kế
termometre

ánh nắng
güneş ışığı

mây
bulut

sương mù
sis

độ ẩm không khí
nem

tia chớp

şimşek

sấm sét

gök gürültüsü

cơn bão

fırtına

mưa đá

dolu

gió mùa

muson

lũ lụt

sel

nước đá

buz

tháng Một

Ocak

tháng Hai

Şubat

tháng Ba

Mart

tháng Tư

Nisan

tháng Năm

Mayıs

tháng Sáu

Haziran

tháng Bảy

Temmuz

tháng Tám

Ağustos

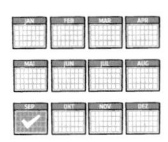

tháng Chín

Eylül

tháng Mười

Ekim

tháng Mười Một

Kasım

tháng Mười Hai

Aralık

hình dạng
şekiller

hình tròn

daire

hình vuông

kare

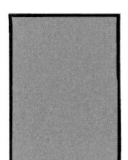

hình chữ nhật

dikdörtgen

hình tam giác

üçgen

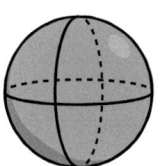

hình cầu

küre

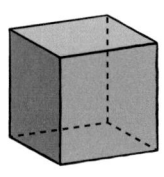

khối vuông

küp

màu trắng

beyaz

màu vàng

sarı

màu cam

turuncu

màu hồng

pembe

màu đỏ

kırmızı

màu tím

mor

màu xanh dương

mavi

màu xanh lá cây

yeşil

màu nâu

kahverengi

màu xám

gri

màu đen

siyah

nhiều / ít

çok / az

tức tối / điềm tĩnh

kızgın / sakin

xinh đẹp / xấu xí

güzel / çirkin

bắt đầu / kết thúc

başlangıç / son

to / nhỏ

büyük / küçük

sáng / tối

parlak / karanlık

anh (em) trai / chị (em) gái

erkek kardeş / kız kardeş

sạch / bẩn

temiz / kirli

đủ / thiếu

tamam / eksik

ngày / đêm

gün / gece

chết / sống

ölü / canlı

rộng / chật hẹp

geniş / dar

ăn được / không ăn được

yenilebilir / yenilemez

ác / tử tế

kötü / iyi

hào hứng / chán nản

heyecanlı / sıkılmış

béo / gầy

şişman / zayıf

đầu tiên / cuối cùng

ilk / son

bạn / thù

dost / düşman

đầy / rỗng

dolu / boş

cứng / mềm

sert / yumuşak

nặng / nhẹ

ağır / hafif

đói / khát

açlık / susuzluk

bệnh / khỏe mạnh

hasta / sağlıklı

bất hợp pháp / hợp pháp

yasa dışı / yasal

thông minh / ngu

zeki / aptal

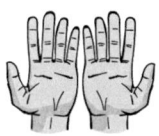

trái / phải

sol / sağ

gần / xa

yakın / uzak

mới / cũ

yeni / kullanılmış

không có gì cả / có cái gì đó

hiçbir şey / bir şey

già / trẻ

yaşlı / genç

bật / tắc

açma / kapama

mở / đóng

açık / kapalı

im lặng / ồn ào

sessiz / gürültülü

giàu / nghèo

zengin / fakir

đúng / sai

doğru / yanlış

sần sùi / mịn màng

pürüzlü / düz

buồn / vui

üzgün / mutlu

ngắn / dài

kısa / uzun

chậm / nhanh

yavaş / hızlı

ẩm ướt / khô ráo

ıslak / kuru

ấm áp / mát mẻ

sıcak / serin

chiến tranh / hòa bình

savaş / barış

0

số không

sıfır

1

một

bir

2

hai

iki

3

ba

üç

4

bốn

dört

5

năm

beş

6

sáu

altı

7

bảy

yedi

8

tám

sekiz

9

chín

dokuz

10

mười

on

11

mười một

on bir

12

mười hai

on iki

13

mười ba

on üç

14

mười bốn

on dört

15

mười lăm

on beş

16

mười sáu

on altı

17

mười bảy

on yedi

18

mười tám

on sekiz

19

mười chín

on dokuz

20

hai mươi

yirmi

100

một trăm

yüz

1.000

một ngàn

bin

1.000.000

một triệu

milyon

tiếng Anh

İngilizce

tiếng Anh Mỹ

Amerikan İngilizcesi

tiếng Quan Thoại

Çince (Mandarin)

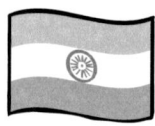

tiếng Hin-di

Hintçe

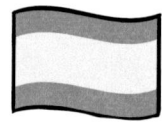

tiếng Tây Ban Nha

İspanyolca

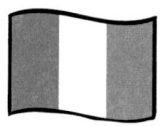

tiếng Pháp

Fransızca

tiếng Ả-rập

Arapça

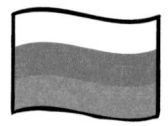

tiếng Nga

Rusça

tiếng Bồ Đào Nha

Portekizce

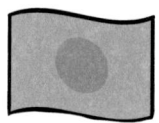

tiếng Bengal

Bengalce

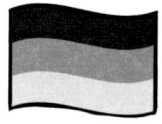

tiếng Đức

Almanca

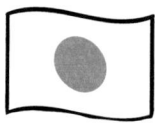

tiếng Nhật

Japonca

tôi
ben

bạn
sen

anh ta / cô ta / nó
o

chúng tôi
biz

các bạn
siz

họ
onlar

ai?
kim?

cái gì?
ne?

như thế nào?
nasıl?

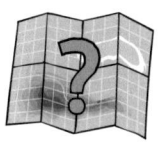

ở đâu?
nerede?

lúc nào?
ne zaman?

tên
isim

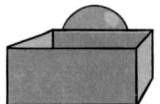

phía sau

arkasında

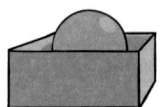

ở trong

içinde

phía trước

önünde

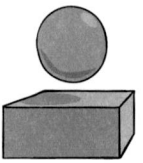

phía trên

üzerinde

ở trên

üstünde

ở dưới

altında

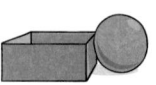

bên cạnh

yanında

ở giữa

arasında

chỗ

yer